… आणि तरीही मी!

...आणि तरीही मी!

सौमित्र

पॉप्युलर प्रकाशन, मुंबई

...आणि तरीही मी!
(म – ९६१)
पॉप्युलर प्रकाशन
ISBN 978-81-7991-901-9

...ANI TAREEHI MEE!
(Marathi : Poetry)
Saumitra

पहिली आवृत्ती : २००२/१९२४
दुसरे पुनर्मुद्रण : २००८/१९३०
दुसरी आवृत्ती : २०१७/१९३८
तिसरे पुनर्मुद्रण : २०२१/१९४३
चौथे पुनर्मुद्रण : २०२३/१९४५
पाचवे पुनर्मुद्रण : २०२५/१९४७

मुखपृष्ठ व आतील रेखाटने :
निर्मिती ग्राफिक्स

प्रकाशक
अस्मिता मोहिते
पॉप्युलर प्रकाशन प्रा. लि.
३०१, महालक्ष्मी चेंबर्स
२२, भुलाभाई देसाई रोड
मुंबई – ४०० ०२६

अक्षरजुळणी
प्रियांका आर्ट्स
४, अब्दुल सत्तार चाळ
फितवाला रोड
मुंबई – ४०० ०१३

मुद्रक
ट्रिनिटी अकॅडमी फॉर कॉर्पोरेट ट्रेनिंग लि.
पुणे

प्रिय आई
आणि
प्राजक्ता...दोघींना

अनुक्रमणिका

व्हिन्सेंटच्या कविता...

तुझाच : व्हिन्सेंट... ३

पावसाचे पोर्ट्रेट्स ५

सेल्फ पोर्ट्रेट ६

अंधाराचं चित्र ९

खोल खाणीत उतरल्यावर ११

स्पॉटलाईटच्या कविता

एन्ट्रीच्या आधी १५

तुझं-माझं लग्न १६

बिट्वीन द् लाइन्स १८

मधला प्रवेश - १ २०

मधला प्रवेश - २ २२

हरिलाल २३

एका दिवसाचं शूटिंग... २६

सुमित्राच्या कविता

एखादी अनोळखी व्यक्ती ३३

तू नक्की कशी असशील ३४

तू उभी रहा इथेच ३५

कधीतरी अचानक ३६

शब्दांना गुदमरून जाताना ३७

तुला एकच सांगतो, सुमित्रा...! ३८

आता लवकरात लवकर तुझ्या कविता ३९

मध्यरात्री माझ्या शरीरावरून ४०
तुझा थोडा प्रकाश मला दे... ४१
आज थोडासा माझा विचार कर... ४२
कधीतरी रात्री... ४३
मला भीती वाटते ४५
आज अचानक शहरात ४६
कधी कुणी सांगू नये कुणालाच ४९
तू जागी असशील ५०
बाहेर पाऊस कोसळतोय्... ५१
तुलाही नसेल वाटलं ५२
कधीतरी माझ्या डोळ्यांत बघ ५४
हॉस्पिटलच्या निर्मनुष्य कॉरिडॉरमधल्या ५५
मी मोठा होण्यासाठी ५७
तुझं घर... तुझं अंगण... ५८
आज शहरातले सारे रस्ते चाल्लो... ५९
भरलेल्या मातीच्या मडक्यातून ६०
मला वाटतं ६१
माझं दूध तोडायला ६२
आता बरीच गर्दी ६३
कधीतरी... ६५

....आणि तरीही मी!

ही वही ६९
एक प्रश्न ७०
अजून कळलेलं नाही ७१
एकदा ७२
दिनक्रम ७३
सर्व मोठ्या कवींना ७४
हार्ट फेल ७६

कोण आहे? ७७
राजकन्या ७८
आज कळलं ७९
स्मशान ८०
जगण्यासाठी त्यांनी मग... ८१
जॉईंट ८३
हार्ट-सर्जरी ८५
घर-बेघर ८८
उन्हाळा ९१
गोष्ट ९२
फुलपाखरं ९३
दिवस ९५
प्रेत ९६
शेवटपर्यंत ९७
क्लब... ९८
टिकल्या ९९
माझं स्वत:चं असं वेगळंच शहर... १०१
गणपतीचं दुकान... १०३
दोन पॉईंट्स्, माथेरान
वन ट्री पॉईंट... १०५
... एको पॉईंट १०७
मांडव १०९
वक्त ने किया... १११
ए सांग ना तू कसा जगलास मरेपर्यंत...? ११५
या क्षणी... ११७
समोर ११८
लढाई ११९
आजचा दिवस... १२०

अक्षरमौन	१२१
बोली लगाओ	१२२
तवंग...	१२४
पिकनिक स्पॉट...	१२५
खलील!	१२६
अनोळखी शहरात...	१२७
हमरस्ता	१२९
आत्महत्या एका कवितेची...	१३०
काही तुकडे आयुष्य!	१३२
तुझ्या निबिड रानामधे...	१३३
धाप...	१३४
एक्स्क्यूज मी! लाइट प्लीज...!	१३५
गेले कितीतरी दिवस...	१३६
स्फोट	१३७
इन्टरनॅशनल वॉटर	१३८
एक अस्फुट किंकाळी...	१४१
कुठल्याही खोलीत...	१४४
ओळखा पाहू...	१४५
काय झालं?	१४६
आत्मदहनाआधी...	१४७
देणं	१४९
दुसऱ्यांदा	१५०
रिकामा	१५२
वाढदिवस	१५५
परक्यासारखा	१५६
पाणी	१५७
गाव	१५९
भूकंप	१६१

मरणेच्छा	१६२
वेड	१६३
मृत्यूची प्रतीक्षा	१६४
अनोळखी	१६६
खेळ	१६७
आपोआप...	१६८
आता हळूहळू...	१७०
एरवी...	१७१
तू कुठे आहेस गालिब	१७२
प्रार्थना	१७५
पहाटेच्या थंडगार काळोखात...	१७७
पुन्हा सरळ रस्ता...	१७८
देवा!	१८०
येणारे दिवस किती कठीण असतील...	१८१
मी माझा हात कधीच सोडलाय्...	१८२
विवस्त्र	१८४
आजी	१८५
डोंगरपायथ्याशी...	१८७
निसर्गा	१८८
आई	१९०
थोरला	१९२
पुस्तकं आणि माणसं	१९४
मधला काळ	१९६
परक्या देशात	१९७
बेघर	१९९
निवड	२०१
मणके	२०२
रानटी	२०३

व्हिन्सेंटच्या कविता

तुझाच : व्हिन्सेंट...

डिअर थिओ,
चित्रांच्या ढिगाऱ्यात लपून गेलोय...
कुठल्या चित्रामागून हे पत्र लिहितोय...
हे पण नाही सांगता येणार...
काल अचानक रंगांचा कंटाळा आला...
तरीही कॅनव्हास घेऊन चालू लागलो एका दिशेला...
एका धबधब्यापाशी थांबलो...
स्वत:शीच म्हटलं...
'हे बघ! या कॅनव्हासचं काहीतरी झालं पाहिजे...
तुझ्याकडे रंग नाहीत...
फक्त धबधब्याचा आवाज आहे...'
मग मी कॅनव्हासवर माझ्या सर्व जखमा चिकटवून
धबधब्याच्या लयीत...
एक कोलाज तयार केला...
मला लोकांनी कधीच शोधू नये म्हणून...
जखमांवर साल आणि तारखा लिहिल्या नाहीत...
मी नसताना...
याबद्दल कोण काय बोलतं...
हे ऐकण्यासाठी
कोलाजच्या मध्यभागी...
मी माझा एक कान कापून चिकटवलाय...
असो...
सध्या माझ्या खोलीतली एक भिंत...
मी माझ्या चित्रकार मित्रांना दिलीय...
ज्यांना तुझ्यासारखा धाकटा भाऊ नाही...
आणि म्हणूनच...
ज्यांच्याकडे कागद नाहीत, रंग नाहीत...
ते सगळे येऊन काहीबाही करत बसतात त्या भिंतीवर...
कुणी हाताचा पंजा उमटवून गेलाय...
कुणी नुस्तंच रक्त ओघळ पाडून गेलाय...

कुणी झाडाचं पान, कुणी सूर्य, तर कुणी...
नुस्तीच रात्र म्हणून काळा रंग फासून गेलाय...
एकानं, या शहरात पहिल्यांदा आल्यावेळेचं
तिकीटही चिकटवलंय...
कालच,
सल्वादोर दाली आला होता...
म्हटलं, तुझी आठवण म्हणून...
या भिंतीवर तुला काही करावंच लागेल...
त्यानं खिळ्यानं ठोकून ठोकून...
लॉर्काची कविताच लिहून टाकली...
असो...
आज सकाळी सकाळी...
फार उदास-भकास वाटत होतं...
माझ्या पलंगामागच्या भिंतीवरची खिडकी आठवतेय...
त्यातून दिसणारी झाडं...
छोट्या छोट्या पायवाटा...
मधेच ठाण मांडून बसलेला प्रशस्त खडक...
पाण्याची छोटी छोटी डबकी...
आणि या सर्वांवर भरून आलेलं आभाळ...
हे सारं मी...
असहाय्य होऊन उतरवलं माझ्या कॅनव्हासवर...
तितक्यात
चित्र पाहून भविष्य सांगणारा एक मित्र आला...
चित्र पाहून फक्त एवढंच म्हणाला...
'तू मेल्यानंतर कित्येक वर्षांनी
तुझ्या या चित्रासमोर
तासन् तास उभी राहून
एक स्त्री ढसाढसा रडत राहील...'
तुझाच
व्हिन्सेंट
ता.क- असो...
पण, सध्या...
जगण्यासाठी काही पैसे पाठव...
❑❑

पावसाचे पोर्ट्रेट्स

काल,
चिंब भिजलेला कॅनव्हास म्हणाला,
'तू पहिला चित्रकार
आम्हांला पावसात भिजायला नेणारा'
रंगांनी घट्ट बांधून ठेवणार होतो कॅनव्हासवर
हा माझा शेवटचा पावसाळा...
रंग थांबले नाहीत.
कॅनव्हासवरून निथळून गेले पावसामागे...

आज,
एकटाच बाहेर पडलोय...
आज दिशादिशांमधे पावसाला बसवून ठेवीन.
आणि डोळ्यांत साठवून घेईन म्हणतो...
पावसाचे पोर्ट्रेट्स...

❑❑

सेल्फ पोर्ट्रेट

स्वत:लाच आरशात एकटक पाहत राहिलं
की भीती वाटते...
स्वत:लाच पाहून
जेव्हाही मी प्रचंड भ्यायलोय...
नाईलाज म्हणून
मी चेहेऱ्यावर रंगच फासून घेतलाय...
हे माझं कितवं...
स्वत:लाच आरशात पाहून काढलेलं पोर्ट्रेट
आठवतही नाही...
सहसा मी आरसा पाहत नाही,
कधी पाहिलाच,

आणि काही बदल जाणवलाच माझ्यात
तर पटकन
आरसा अन् कॅनव्हास घेऊन कामाला लागतो.
सध्या मी...
सुकत चाल्लेलं झाड,
विरत चाल्लेलं धुकं,
कोलमडणारा पूल,
विदीर्ण पायवाटा,
वाहून गेलेली नदी,
तापलेलं रान,
फुटलेली बाटली,
एकमेकांत मिसळलेले रंग,
या सर्वांच्या नावाने
स्वत:चेच छोटेछोटे पोर्ट्रेट्स काढतो...
काही दिवसांपूर्वीच
मी नीट आहे,
किंवा अजून तरी धीट आहे,
हे थिओला कळवण्यासाठी,
पत्रावरच स्वत:चं पोर्ट्रेट काढून पाठवलं...
थिओचं त्यावर उत्तर...
'तुझं पत्र मिळालं,
फारच खंगत चाल्लायस.
तब्बेत सांभाळ.
आणि हो!
घाईघाईत तू पोर्ट्रेटमधे
तुझा एक कान काढायला
विसरलात की काय?'

वगैरे, वगैरे, वगैरे...
(आता मी काय सांगू त्याला
कान कापून एका बाईला दिला म्हणून?)
काल
कॅनव्हास घेऊन
एका वेड्यांच्या इस्पितळात पोहोचलो.
सगळ्या वेड्यांचं ग्रूप पेंटिंग काढलं...
सगळे मग हसायलाच लागले...
'वेड्या! आम्हा सगळ्यांचे चेहेरे तुझ्यासारखेच?'

मी गाढ झोपेत असताना
कुणीतरी माझं एक चित्र काढा हो!
मीच काढलं असतं
पण त्याला आरशाचं छप्पर पाहिजे...
शिवाय या गावात
माझ्या खिडक्यांच्या काचा टिकल्या नाहीत
तिथं आरशाचं छप्पर काय टिकणार?

पुठ्ठ्याचा एक कान तयार करून
कुणालाही कळणार नाही
इतका खरा रंगवलाय् मी...
नाही, काय आहे...
काम करताना
नकळत ब्रश अडकवायला हात वर जातो
आणि कानच नस्तो!

थिओ यायच्या आधी
चिकटवून घेतला पाहिजे तो!

❑❑

अंधाराचं चित्र

गुडूप अंधारात ज्योत पेटवून
अंधार कसा दिसतो
त्याचं चित्र काढायला घेतलंय् मी...
टोपीवर पेटते आहे
ती शेवटची मेणबत्ती.

कॅनव्हासवर रंग पसरत चाल्लेत
लख्ख प्रकाशित होऊ लागल्यात माझ्यासमोर
अंधाराच्या एकेक रंगछटा...
अंधारात खोलवर बुडत चाल्लोय् मी...
ब्रशच्या प्रत्येक फटकाऱ्याने
प्रश्नांचा रंग गडद होत चाल्लाय्

‘हा’ जो उमटतोय्
तो माझ्यातला अंधार...
की अंधारातला मी?
मी खरंच दृश्य आहे का...
अन् अंधार दृश्य आहे समोरचा?
‘हा’ अंधार
ही मेणबत्ती संपण्याआधी पूर्ण होईल?
की उद्या पुन्हा यावं लागेल भरकटत
संध्याकाळपर्यंत...
पण उद्याचा अंधार आजच्यासारखा नसला तर?
आणि आज ज्योत तेवते आहे
उद्या वाऱ्याने विझली तर?
आपली ज्योत आपण
साध्या वाऱ्यातही पेटती ठेवू नाही शकत
एवढं आपण आपल्याला
वाऱ्यावर सोडलंय्?

टोपीवरलं मेण...
ओघळून आलंय् दाढीवर
शेवटी...
ही ज्योतच ओघळून खाली आली
आणि आख्खी दाढीच पेटली तर बरं होईल
तेवढाच
कॅनव्हासवर आणखी स्पष्ट दिसेल मला
गडद होत चाल्लेला अंधार!

❑❑

खोल खाणीत उतरल्यावर

खरं तर
आत्ताच एखादी दरड कोसळली
आणि अडकून पडलो मी
तर किती बरं होईल...!
समोर दिसणाऱ्या दरडीमागे
जगण्याच्या भानगडीत
काही लोक अडकून पडले कायमचेच
काही महिन्यांपूर्वी...
मी हात लावून जाणवू पाहतो
पलीकडलं त्यांचं अस्तित्व...
त्यांच्या शरीराचा थंडपणा
उष्णपणे ठिबकतो भिंतीतून माझ्या तळहातांवर...
मी माझ्या हृदयाशी धरतो तोच हात...

'ही थेम्स नदी...
ही कित्येक मैलांची पायपीट...
ही शाळा...
ही भूक...
हे झाड उर्सुलाच्या घरासमोरचं...
ही खिडकी...
ही सावली...
हा प्रकाश...
हा अंधार...'

बरगड्यांच्या दरडीमागली
ही आठवणींची मृत शरीरं
बरगड्यांच्या दरडीमागली
ही आठवणींची मृत शरीरं
मला पुरून टाकायची आहेत इथंच...
मला नकोय्
वयाच्या पंचविशीच्या महामारीत
दगावलेल्यांचा मागमूसही...

खरं तर...
काही वर्षांनंतर मी काढणार असलेल्या
अगणित बेवारशी चित्रांना पाहण्याची वेळ
मला टाळायची आहे आत्ताच...
खरंतर...
कानाशिवाय वेडं होऊन मरण्यापेक्षा
दोन्ही कानांसकट मरण्याचं
शहाणपण सुचलंय् मला...

जसजसं वय वाढत चाल्लंय्
तसतसा मी खोल खाणीत उतरत चाललोय...
कितीतरी फूट खोल जमिनीच्या पोटात
माझ्या भोवती दाटलेली ऊब
ओळखीची वाटू लागली आहे मला...
मला आता नागवं व्हायला हवं
शरीरावरला एकेक कपडा काढून...

पंचवीस वर्षांनंतर
जमिनीच्या पोटात
आईचं पोट सापडलंय्
ही काय साधी गोष्ट झाली...?

❑❑

स्पॉटलाईटच्या कविता

एन्ट्रीच्या आधी

आपण सगळेच विंगेत थांबलो आहोत
स्टेजवर काहीतरी घडण्याची
आपल्या एन्ट्रीची,
आपल्या संवादांची वाट पाहत.
जे कुणीतरी कुठंतरी लिहीत बसलंय्..
कदाचित,
आपल्या वाट्याचे संवाद
संपूनही गेले असतील...
अचानक ब्लॅकआऊट होईल
तेव्हा आपला रोल संपल्याचं
आपल्याला कळेल की नाही
हेही ठाऊक नाही आपल्याला
आणि ब्लॅकआऊट झाल्यावर
दिवे नसलेल्या मेक-अप रूममधून
नवे चेहरे, नवे कपडे शोधत
गर्दीतून फिरणं, आपल्या सगळ्यांच्या नशिबी आहे.
आपण सगळेच
कुणीतरी, कुठंतरी,
लिहायला घेतलेली पात्रं आहोत
आणि आता आपण सगळेच
विंगेत थांबलो आहोत
स्टेजवर काहीतरी घडण्याची
आपल्या एन्ट्रीची,
आपल्या संवादांची वाट पाहत.

❑❑

तुझं–माझं लग्न

तुझं–माझं लग्न
आपणच सेट लावून
आपणच नाटक केल्यासारखं...

तालमीची ‘ठरलेली’ वेळ
‘ठरलेली’ जागा
‘ठरलेली’ दृश्यं
‘ठरलेले’ संवाद
आणि नंतर
‘मुद्दाम’ जमवून आणलेला प्रयोग.
खरंच,
तुझं–माझं लग्न आपणच सेट लावून
आपणच नाटक केल्यासारखं...

मी बोल्तो...
नंतर तू,
किंवा तू, नंतर मी...
मी काय बोल्णार
हे आधीच तुला ठाऊक असलेलं...
आणि तुझेही शब्द

माझ्यात रुंजी घातलेले
कधी कुणी संवाद विसरतं,
भयानक पॉज!
कधी कुणी न ठरलेली मूव्ह घेतं
न ठरलेला गोंधळ
न ठरलेले हावभाव
असंही होतं कधीकधी...
कधीकधी अचानक
संवाद संपल्यासारखे होतात
स्वत:लाच हास्यास्पद वाटतं
केविलवाण्या हालचाली होतात
वाटत असतं, मोठ्ठ्यानं ओरडावं
'का? कशासाठी? किती दिवस?'
पळूनही जाता येत नाही
कारण...
पडदा पडलेला नसतो...
काहीतरी होतं मग...
प्रयोग पुढे चालू लागतो
पुढे पुन्हा 'तेच' सुरू
'ठरलेलं' हसू
'ओळखीचे' अश्रू
तसंच उन्मळून भेटणं...
जणू...
कधीऽऽ काहीऽऽ
झालंच नव्हतं...
खरंच!
तुझं-माझं लग्न
'आपणच' सेट लावून
'आपणच'
नाटक केल्यासारखं.

❑❑

बिट्वीन द् लाइन्स

नवीन पात्राशी
आधी तुटक वागतो आपण
तेव्हा शब्दा-शब्दानं ते स्पर्श करत जातं आपल्याला.
आणि एक दिवस,
उसनं अवसान गळून पडावं
तसं स्क्रिप्ट गळून पडतं आपल्या हातून.
शब्द. वाक्य. प्रवेश. अंक... एवढा प्रवास,
हातात हात घेऊन केल्यावर
प्रेम जडतंच कुणी कितीही कुरूप असलं तरी...
पण आज...
आपल्या प्रेयसीनं
'आता आपण कधीच भेटू या नकोत'
असं साध्या पोस्टकार्डवर कळवावं तसं
ग्रीनरूममधून
न सांगताच निघून गेलं माझं पात्र
शेवटचा प्रयोग संपल्यावर...
स्टेज भकास,
जाताना मुलाच्या हातावर
दही न ठेवता आल्याची खंत करणाऱ्या आईसारखं...
विझलेले दिवे...
मनात रडणाऱ्या बापासारखे...
आणि
सतत आपल्यात कुणीतरी असावं

असा विचार करणाऱ्या मनासारख्या
रिकाम्या खुर्च्या,
थिएटरबाहेरची शांतता खूप अधीर
कुणाही बरोबर चहा घेत गप्पा मारायला.
प्रेताभोवती रेंगाळल्यासारखा
नाटकाचा आत्मा थिएटरभोवती रेंगाळून
मग निघून गेला कुठंतरी.
घरोघरी निघून गेलेला प्रेक्षक
शांत झोपला असेल आता
जवळचा कुणी
अपघातात गेल्याची बातमी
न कळालेल्या माणसासारखा.
रात्री, थिएटरला दाट झोप लागेल
जवळचं कुणी गेल्यावर
आपल्याला लागते तशी...

उद्या,
दुसऱ्या नाटकाच्या प्रयोगाआधी
दिव्यांना पेटावंच लागेल
जवळचं कुणी गेल्यावर
आपण जगतच राहतो तसं...
खुर्च्या अधीर होतील
जवळचं कुणी गेल्यावर
आपण एकटे राहायला घाबरतो तसं...
स्टेजसुद्धा नव्या सेटला
रांगू देईल आपल्यावर...
जवळचं कुणी गेल्यावर
बळेबळे हसत आजी नातवंडाला
खेळवत राहाते तसं...

बिट्वीन द लाइन्स म्हणून जे काही असतं
ते हेच सगळं असावं बहुतेक...

❑❑

मधला प्रवेश - १

दोन 'ब्लॅकआऊट'मधल्या
प्रवेशासारखं चाल्लंय आयुष्य!

नकळत वाक्यं पडताहेत बाहेर,
इतकी खरी
की हे सगळं 'नाटक' आहे
हेही नाही लक्षात.

मागल्या ब्लॅकआऊटच्या आधीचा प्रवेश
आठवण्याचा खूप होता प्रयत्न
पण मागलं काहीच आठवत नाही
आणि चाल्लेल्या प्रवेशांचाही
संदर्भ लागत नाही.

रेंगाळत चाल्लाय प्रवेश!
थोडंसं फास्ट करायला हवं...
पण का कुणास ठाऊक
जीभ अडखळतीये आणि
पाऊलही फम्बल होत चाल्लंय...

तोच आवाज,
तीच पट्टी,
तेच संवाद,
त्याच ॲक्शन्स,
त्याच रिॲक्शन्स,
तोच रिस्पॉन्स,
श्शॅ!

मनॉटनी तोडायला हवी...
पण काहीच नवं
करू नाही शकत.
समोरची पात्रं गडबडून जातील...
पण तरी 'प्रयोग' तर रंगायला हवा...
कमॉन मोअर एनर्जी... मोअर एनर्जी

'हे' कधीतरी घडलंय् आधी
हा 'आता'चा क्षण
कितव्यांदा भोगतोय् आपण?
जाऊ दे...
सगळं संपल्यावर आपोआप कळेलच की
'हा' कितवा प्रयोग होता ते...
अंबीयांसचं म्युझिक
संध्याकाळ!
मोठ्ठा पॉज होल्ड करण्याची जबाबदारी!

काळे पडदे ताणले जातायत...
पुढल्या ब्लॅकआऊटसाठी तयार रहावं?
(साल्या) डोंट ॲंटीसिपेट... डोंट ॲंटीसिपेट!
जाऊ दे ना शेवटचा स्पॉट... स्पाँटनीयसली!

दोन ब्लॅकआऊटमधल्या
प्रवेशासारखं चाल्लंय्
आयुष्य!

❑❑

मधला प्रवेश – २

मी आजवर जो जगलो
तो होता
स्टेजवरल्या प्रकाशातून
विंगेतल्या अंधारात जाण्याआधीचा
मधला प्रवेश!

मी खूप प्रयत्न केला
इथे... किंवा तिथेच असण्याचा...
तरीही...
मी का उभा राहिलो मधेच?
कि मला आवडू लागला होता तो प्रवेश?
कधीकधी मी गुदमरलो...
मला हवा होता अंधार किंवा प्रकाशच...
पण,
तो कुठला होता प्रवेश
ज्याची ओळख नको होती मला?
गच्च बर्फ भरलेल्या ग्लासमधे...
अधूनमधून पसरलेल्या...
दारूसारखं...
का वाटलं मला त्या प्रवेशात?
पण तरी,
जगत राहिलो...
वाहात राहिलो...
मधेच... उगाच... असाच...
आणि मग...
आयुष्यही तसंच होऊन गेलं....

❑❑

हरिलाल

खूप उशिरा ओळख पटत जावी एखाद्याची
तसे जाता जाता
एकमेकांना आवडू लागलेले आपण
तूच सांग
मी तुला निरोप कसा देऊ?

एखादा पाहुणा नको–नको म्हणताना
कोडग्यासारखा राहायला यावा आपल्या घरात
तसा तू माझ्या वस्तीला आलास
आणि खूप मनस्ताप दिलास
तुझ्या आई–बाबांसारखाच मलाही.
माझ्यातल्या सगळ्या सवयी,
सगळ्या व्याधी, सगळ्या वेदना पाहून
तुला ओळखीचं वाटलं असेल
कदाचित माझं शरीर,
कदाचित...
तुला श्रीमंत करायचं असेल मला
मला आणखी दुःख देऊन.
पण तू येण्याच्या खूप आधीपासून
तुझ्यासारखाच खूप वणवणलोय मी
दुःखाच्या शोधात,

इतका...
की तू जेव्हा शिरलास माझ्यात
तेव्हा तुझं दुःख आणि माझं दुःख
मला फरकच करता येईना त्यांच्यात.
म्हणूनच लोक
मला तू समजू लागले
आणि तुझा लौकिक इतका
की हळूहळू लोक मलाही ओळखू लागले.
आणि आता
माझ्या भोवताली ही माणसांची गर्दी
'तू' जमवलेली
उद्या ही मला विचारील
'कसा आहेस तू?'
तेव्हा मी तिला काय उत्तर देऊ?
मला माणसामाणसांनी समृद्ध करून जाणारा तू...
तूच सांग
मी तुला निरोप कसा देऊ?

मी तुला माझ्यातून जायला सांगत नाही
आणि अजून थोडा थांब म्हणून
राह्यलाही सांगत नाही
इतकी मला आता तुझी सवय झालीय...
आता तुझं असणं-नसणं
माझ्यासाठी एकाच प्रकारचा मनस्ताप!
पण तरी
तू का आवरू लागलायस
माझ्यातलं तुझं एकेक सामान?
का गुंडाळू लागलायस
प्रवेशच्या प्रवेश पानांसकट?
का करू लागलायस बांधाबांध
तासागणिक वर्षांची?

उद्या-परवा
तू अखेरचा पडदा पाडशील आपल्या दोघांत
आणि चालू लागशील दूरची पायवाट
तेव्हा
बाहेर जाताना लहान मूल जसं मागे लागतं...
तसा मी तुझ्या मागे लागू?
मी तुझ्याकडे काही मागू?
प्रयोगागणिक मला लहानाचा मोठा करत जाणारा तू...
तूच सांग
मी तुला निरोप कसा देऊ?

उन्हात वणवण फिरताना
मला तुझी आठवण येईलच
आईच्या डोळ्यांत बघताना
माझ्या काळजात धस्स होईलच
तुझा चेहरा विरला तरी
तुझी चाहूल राहीलच...
पण मित्रा, एक सांग...
कुठे जाशील?
काय करशील?
कसा राहशील?
तसा आहेच भणंग मीही
पण जाता-जाता
मला आणखी भणंग करून जाणारा तू...
तूच सांग
मी तुला निरोप कसा देऊ?

('गांधी विरुद्ध गांधी'चे शेवटचे तीन प्रयोग चालले असताना)

❑❑

एका दिवसाचं शूटिंग...

स्थळ - चर्चगेट किंवा व्ही.टी. स्टेशन
वेळ - सकाळच्या समुद्र भरतीची
लेन्स - धावपळीची...
टॉप अँगल...
धडधडत स्टेशनमधे ट्रेन शिरते...
डब्याडब्यांमधून विखुरलेला दिवस...
स्वत:ला ढकलत ढकलतच प्लॅटफॉर्मवर उतरतो...
तुकडे तुकडे एकमेकांत बेमालूमपणे मिसळत जातात...
एक प्रचंड समुद्र लाटालाटांनी हलू लागतो...
दिवस सैरभैर...
वेड्यांच्या हॉस्पिटलमधून...
पिंजऱ्यांत कोंडून आणलेले अगणित चिमणी-कावळे...
एकसाथ स्टेशनमधे सोडले जातात...
कलकलाट... कलकलाट... कलकलाट...
दिवस ओलाचिंब, स्वत:ला सावरत
कॅमेऱ्याखालून आऊटफ्रेम निघून जातो...
संपूर्ण फ्रेमभर वारुळफुटले मुंगळे व मुंग्या...
कट इट...

स्थळ - शहरातल्या भूलभुलैयेचं प्रवेशद्वार
अर्थातच स्टेशनबाहेर जाण्याचं गेट...
कॅमेरा - समोरच्या फूटपाथवर...
लेन्स - हरवून जाण्याची...
'दिवस' स्टेशनच्या पायऱ्या उतरतोय्...
स्टेशनबाहेर काही वेळ थांबतो...

संभ्रमित...
इकडे-तिकडे बघतो...
चुकीच्या रस्त्यावरून चालू लागतो...
कॅमेरा त्याला फॉलो करू लागतो...
दूरवर पसरलेले रस्ते...
अनेक वाहनं... यांच्यावरून...
दिवसाच्या पावलांच्या ठशांचे आवाज...
हळूहळू दिवस रस्त्यावरून दिसेनासा होतो...
फ्रेमभर फक्त रस्ते...
आणि मुंग्यांच्या हालचाली...
कट इट...

स्थळ - वरळी टी.व्ही. टॉवर...
कॅमेरा - टॉवरच्या टोकावर...
लेन्स् - उन्हाची... टॉप अँगल...
वाईऽऽऽड फ्रेम...
संपूर्ण शहरावरून कॅमेरा पॅन होऊ लागतो...
पत्त्यांचे बंगले.
पुठ्ठ्यांची घरं.
रक्तवाहिन्यांचे रूळ.
रेल्वेची गांडुळं.
अजगरांचे रस्ते.
कीटकांची वाहनं.
डबक्याचा समुद्र.
शोकेसमधली वाळू.
मिलच्या चिमण्या.
चिमण्यांचे धूर...
कॅमेरा धुराबरोबर वर जाऊ लागतो.
संपूर्ण फ्रेमभर धुराचं आकाश.
कॅमेरा आकाश घेत घेत...

चारी दिशांना फिरू लागतो...
अचानक फ्रेममध्ये
एक घार प्रवेश करते...
झूम इन...
फ्रेममधे फक्त एक घार.
जिच्या नखाळ पंजात ‘दिवस’ लोंबकळताना दिसतो... पुल्ल बॅक...
पंजा दिवसात घट्ट रोवलेली घार.
शहरावरून घिरट्या घालते आहे...
फ्रेममधे खोऽऽऽलवर पसरलेलं पुसट शहर...
आणि वर...
दिवसाला अधून-मधून टोचा मारत,
वाऱ्याच्या लाटांवर तरंगणारी घार दिसते.
दिवसाच्या रक्ताचे तुषार...
वातावरणात तरंगताहेत.
हळूहळू कॅमेऱ्याची लेन्स लाल होत जाते.
आणि अचानक
घार दिवसावरची पकड ढिली करते.
‘दिवस’ स्लो मोशनमध्ये...
शहरावर कोसळतोय्...
डिझॉल्व!

स्थळ - समुद्र किनारा...
वेळ - सूर्यास्ताची...
लेन्स - या चिमण्यांनो परत फिरा
घराकडे अपुल्या...
सांजावत चाल्लेलं तांबडं पाणी...
आभाळ तांबडं की पाणी तांबडं
या संभ्रमात कॅमेरा...
पाण्यात बुडी मारायला,
सूर्यानं उडी घेतलेली.
सूर्य आणि समुद्र यांच्यात फक्त वीतभर अंतर उरलेलं.

सूर्यानं पाणी शिवलेलं...
झूम इन...
फ्रेममधे...
स्लोमोशनमधे...
चक्क बुडत चाललेला तांबडा सूर्यगोल.
इतक्यात फ्रेममध्ये एक होडी प्रवेश करते.
पुन्हा झूम इन...
टाईऽऽट फ्रेम...
तांबड्या बॅकग्राऊंडवर.
जखमी अवस्थेतही.
किनाऱ्याच्या दिशेनं...
दिवस होडी वल्हवताना दिसतो...
दिवसाच्या हातातल्या वल्ह्यावरून
कॅमेरा पॅन होतो...
फ्रेममधे फक्त पाणी कापत हलणारं वल्हं...
आणि पाण्याचा सप्प... सप्प... आवाज...
कट इट...

स्थळ – दारूचा गुत्ता.
वेळ – मध्यरात्रीच्या अलीकडची
किंवा घरी जाण्याच्या पलीकडची.
लेन्स् – सोनेरी.
कॅमेरा एका दारूभरल्या बाटलीत.
सोनेरी द्रव्यानंतरची काच.
काचेपलीकडे 'दिवसा'चा झिंगलेला चेहरा.
आजूबाजूला लांबट, पसरट, गोल चेहरे.
'दिवस' एका घोटात ग्लास संपवतो.
समोरची बाटली उचलतो.
बुचांवर सराईत थाप मारतो...
बाटलीतला कॅमेरा हादरतो...
फ्रेममधे फक्त मोठेमोठे बुडबुडे दिसू लागतात...

दिवस टेबलावर बाटली आदळतो.
बाटली खालून फुटते.
फ्रेममधे सोनेरी द्रव हळूहळू खाली जाताना दिसतो.
जसजसा द्रव खाली जातो,
तसतशी फ्रेम ब्लॅक अ‍ॅण्ड व्हाईट होत जाते.
झूम इन...
दिवसाच्या पसरट चेहऱ्यावर ब्लॅक अ‍ॅण्ड व्हाईट हास्य...
कट इट...

स्थळ – एका स्त्रीचं घर...
वेळ – नको ती...
लेन्स् – एका स्त्रीच्या डोळ्यांची
टाईऽऽऽट फ्रेम
फ्रेममधे फक्त आतून बंद दार...
बाहेरून कडी वाजते...
फ्रेममधे एक हात येतो...
कडी काढतो
दार उघडतो...
समोर 'दिवस'
पुल्ल बॅक
फ्रेममधे...
एक अंथरलेला बिछाना...
दिवसाकडे पाहत राहिलेली पाठमोरी स्त्री...
आणि समोर
तिच्याकडे निर्विकार नजरेनं पाहणारा...
झिंगलेला.
जखमी दिवस...
फ्रेम फ्रीज होते...
धी एन्ड...
(आणि अचानक त्या स्त्रीची रात्र होते.)

❑❑

सुमित्राच्या कविता

एखादी अनोळखी व्यक्ती ‘मला ओळखते’
असं सांगते येऊन तेव्हा
मी फक्त हसून स्वागत करतो तिचं...
पण जेव्हा
माझ्या कविता
मलाच म्हणून दाखवते जीव ओतून,
तेव्हा...
ओळखीच्या माणसाहूनही
जवळची वाटू लागते ती व्यक्ती.
पूर्वी...
अनोळखी व्यक्तीच्या तोंडी
‘तुझं’ नाव ऐकलं की
मला तसंच वाटायचं...
पण आता
कुठल्याही व्यक्तीच्या तोंडून
तुझं नाव ऐकताना
माझ्यात काहीच होत नाही उलथापालथ
मला येत नाही राग
वाटत नाही मत्सर
नाही वाटत प्रेम, आपुलकी...
मला काहीच वाटत नाही त्या व्यक्तीबद्दल
मी उदास होत नाही
मला एकटं वाटत नाही
मी फक्त चालत जातो मिळेल तो रस्ता...
तुझ्या-माझ्या संबंधांबद्दल आता
मी फक्त एवढंच बोलू शकतो...

❑❑

सुमित्रा !
तू नक्की कशी असशील
हे मी ओळखू शकलोच नाही कधी.
आंधळ्याच्या मनात
प्रकाशाचं चित्र
तशीच तू माझ्यासाठी
आजवर...
फक्त तुझ्यासंबंधी जाणलं
'तुला' नव्हे...
खरंच
नक्की कशी आहेस तू?

❑❑

सुमित्रा !
तू उभी राहा इथेच
मी आधी जातो
म्हणजे मीच तुझ्या आयुष्यातून निघून गेलो
असं होईल
नेहेमी-नेहेमी,
दुसऱ्यांनीच का जायचं
माझ्या आयुष्यातून?

❑❑

कधीतरी अचानक
तुझ्यासमोर येऊन उभा ठाकायचो मी
प्रश्नार्थक पाहात राहायचीस तू
स्वभावानं तूही अबोल...
पण गावभर ठेचकाळत फिरणाऱ्या
छोट्या मुलानं
आईकडे परतू नये
तर आणखी कुठं जावं...
यावर तू बोलली नाहीस काहीच...
किंवा ज्याचं फक्त वय वाढत गेलं
आणि बुद्धी बालपण खेळत बसली
यावरही...
माझ्यावर रागावली नाहीस
मला बांधून ठेवलं नाहीस
मला टाकून बोलली नाहीस...
तू काहीच केलं नाहीस यांपैकी...
आपल्यामध्ये पसरलेली ती भयाण शांतता
तशीच आहे अजूनही. सुमित्रा!

❑❑

शब्दांना गुदमरून जाताना कधी पाहिलंयस्?
कधी पाहिलंयूस् अर्थाला शब्द शोधताना?
कागदावर फक्त चिन्हांची भाषा...
किंवा फक्त कोरा कागद पाहिलायस् प्रश्नचिन्हांकित?
सकाळ पाहिलीयेस् ओहटून गेलेली?
किंवा दिवस सारा भरतीनं उधाणलेला?
संध्याकाळ पाहिलीयेस् ध्यानस्थ बगळ्यांची?
किंवा पाऊस रात्रभिजल्या रस्त्यावरला...
गर्दी पाहिलीयेस्... साकळलेली?
किंवा एकट्यात खूप आत शिरलेली...
दुपार पाहिलीयेस् मृगजळात कोरडलेली
किंवा मृगजळ स्वत:मागेच धावणारं?
दारू पाहिलीयेस् चालती-बोलती
किंवा अख्खा बार एकट्यात गजबजलेला?
कविता पहिलीयेस् अर्थ नसलेली
किंवा निरर्थ... कवितेसारखा?
बघ...
फक्त एकदा
माझ्याकडे बघ सुमित्रा...

❑❑

तुला एकच सांगतो, सुमित्रा...!
तुझ्या डोळ्यांखाली गडद होत चाल्लेली काळी वर्तुळं...
तुझ्या काळ्याशार मऊ केसांतून
मला चिडवणारा चांदीचा केस...
असे तुला न शोभणारे
आणि मलाही न आवडणारे दागिने घालून
तू कधीच समोर येऊ नकोस माझ्या...
मीही सध्या आरसा पाहायचं टाळतो,
कुणास ठाऊक कोण
मलाही माझ्या नकळत मढवून जातंय
त्या जड-जवाहिऱ्यांनी...

❑❑

आता लवकरात लवकर तुझ्या कविता
तुझ्यापर्यंत पोहोचायला हव्यात
कालच माझा मित्र
अचानक हृदय बंद पडून मरून गेला...
माझी माझ्या शब्दांवरली खात्रीही
आता उडत चाल्लीये
माझ्या कवितेतला एखादा जिवंत शब्द
मधेच कवितेतून निखळून पडला तर?
म्हणून म्हणतोय्
तुझ्या जिवंत कविता
आता लवकरात लवकर
तुझ्यापर्यंत पोहोचायला हव्यात
सुमित्रा!

❑❑

मध्यरात्री
माझ्या शरीरावरून वाहाणारा वारा
तुझ्या घराच्या बंद दाराबाहेर उमटलेल्या
माझ्या पावलांच्या ठशांना पुसत
खिडकीतून तुझ्या घरात पोहोचतो...
आणि...
मी रस्त्यावरून माझ्या खोलीत येतो...
जपून ठेवलेला तुझा फोटो काढतो...
तेव्हा तिकडे...
तिकडे तुझ्या खोलीत फिरू लागतो वारा...
वाळत घातलेली साडी, पेटिकोट,
लिपस्टिक, कंगवा, टिकल्यांचं पाकीट
पुस्तकं... आरसा
पाण्याचा ग्लास... पर्स...
या सर्वांना पार करत-करत
तुझ्या पलंगाशी थबकतो...
तुझ्या शरीरावरून आधीच
एक वादळ गेलेलं असतं...
मग...
उद्ध्वस्त देवळाचे ढीग पार करून
तो कसा-बसा माझ्या दारी पोहोचतो...
पण कधीच
मी त्याच्यासाठी दार उघडत नाही
मग...
तो खिडकीतून आत येतो...
मला हलवून जागं करतो...
त्याला कुशीत घ्यायला लावतो...
माझ्या शरीरावर रांगतो...
मला बाहेर घेऊन जातो...
त्यानंतरची आजवरची सारी झोप...
तू मला देणं लागतेस
सुमित्रा!

❑❑

सुमित्रा!
तुझा थोडा प्रकाश मला दे...
मी खूप अस्वस्थ आहे
हे तुला जेव्हा कळेल...
डोळे मिटून घे
चेहेरा आठव माझा...
आणि प्रसन्न हस मी समोर असल्यागत...
माझ्यात पसरलेला अंधार
तुझ्या प्रकाशात विरघळू लागेल बघ...

❑❑

आज थोडासा माझा विचार कर...
मी मातीत रेघा ओढत असेन
छोटे-छोटे दगड गोळा करत असेन...
दिशाहीन भिरकावत असेन,
तेव्हा तू समजून जा...
मी तुझ्यात नाही
आणि तूही नाहीस माझ्यात...
तसं असतंच तर
मला दगड-मातीत
का गुंतून रहावंसं वाटलं असतं?
याचा विचार कर...
आज थोडासा माझा विचार कर...
चालताना पावलं रस्त्यावर नसतात
की रस्ता नस्तो पावलांत...
रात्रीच्या मिठीत गेलेला दिवस
सताड डोळे उघडे ठेवून
पडून राहातो अंधारात...
रात्र... मध्यरात्र...
डोळ्यांदेखत झालेली पहाट...
डोळ्यांत साठलेल्या जाग्रणासारखी
पुन्हा-पुन्हा तुला भेटण्याची हुरहुर...
आणि तू बरोबर असताना
उगाच पुन्हा-पुन्हा लागत राहणारी
तहान...
मग ते कालाखट्टा
मग तो मँगोला
ते नारळपाणी... ती कुल्फी... ते
आईस्क्रीम...
यांचा विचार कर...
आज थोडासा माझा विचार कर...

❑❑

कधीतरी रात्री...
'आई-आई'... ओरडत मी जागा झालो...
तूही उठलीस घाबरून...
लहान बाळासारखा
माझ्या केसांतून हात फिरवत राहिलीस.
मीही केव्हा बिलगलो तुझ्या छातीला
मलाही कळलं नाही...
किती आसुसल्या ओठांनी मी ओढले तुझे स्तन...
पण दूधच येईना त्यांतून...
मी तुझ्या चेहेऱ्याकडे अनोळखी पाहू लागलो...
तू ओठात ओठ गुंतवलेस...
मग साराच गुंता अनाकलनीय झाला.

केव्हातरी पहाटे मी खिडकीतून पाहिलं
मोठमोठ्यानं रडत रस्त्यातून चाललेलं
एक अनाथ मूल...
पळत जाऊन गोंजारावं वाटलं त्याला...
वाटलं त्याला तुझ्याकडे घेऊन यावं...
तुझी छाती त्याला मोकळी करून द्यावी...
पण आठवला नंतरचा अपरिहार्य गुंतवळा...
पाऊल चिकटून राहिलं जिथल्या-तिथं...
मी मान वळवून पाहिलं तुझ्याकडे
अर्थ दान केलेल्या शब्दासारखी
तू झोपली होतीस शांत...
मग पुन्हा निर्जन रस्ता पाहात राहिलो मी...
काल दुपारी ज्या गुंग्या मुलांना मी पाच रुपये दिले होते...
त्यांची फारफार आठवण येऊ लागली मला...
हे शरीर आणि मन
पुढे दिवसाच्या रहाटगाडग्यात केव्हा मिसळलं
कळलंच नाही...
तू आता कुठं असशील
कशी असशील कुणास ठाऊक...
मी मात्र अजूनही फिरतोय्
माझ्या लहानपणीच्या जत्रेत
मला हवी असलेली बाहुली
मी कधीच मिळवू शकलो नव्हतो
ती शोधत...

❑❑

मला भीती वाटते
रात्री–अपरात्री झोपेतून उठून
छोटं मूल चालू लागतं दिशाहीन
त्याची
मी घट्ट लावून घेतल्यात
स्वत:च्या सर्व दारं खिडक्या
पण तरी
तू तुझी झोप सावध ठेवशील?

❑❑

आज अचानक शहरात थोडा गारवा पसरलाय्...
मध्यरात्र!
मी फिरतो आहे उगाच
समुद्रावर बांधलेल्या चौथऱ्यावर
चारी दिशांच्या अंधारात
भरून आहे गाज समुद्राची
आणि गाजेपलीकडे चमचमताहेत दिवे कितीतरी...
शहरातले रस्तेही आता सुनसान होत जातील हळूहळू
थोड्यात वेळात
रस्त्यावरती चिटपाखरूही दिसणार नाही...
पण या शहराच्या किनाऱ्यावर
एक 'हायवे' नावाचा रस्ता आहे प्रचंड...
जो अनोळखी शहरांपर्यंत पसरला आहे... अनेक...
ज्यावरून रात्रंदिवस रहदारी पळत असते,
कशासाठीतरी, कुठेतरी जायला...
अशाच एका बसमध्ये, तू आता बसली असशील...
क्षणोक्षणी दूर नेत असेल तुला ती बस...
या शहरापासून, माझ्यापासून...
खिडकीची काच उघडून मुद्दाम
तू झोंबणारा वारा झेलत असशील...
साडी घट्ट लपेटून घेतली असशील खांद्यावरून
हात घट्ट बांधून घेतले असशील,

काळजी करत असशील तुझ्या छोट्या मुलाची,
जो तुला नुक्ताच 'आई' म्हणू लागलाय्...
रोज या वेळी
तू गाढ झोपलेली असतेस थकून
एक वादळ अंगावर झेलून
पण आज
झोपच येत नसेल तुला...
आजबाजूच्या मैत्रिणी बोलत असतील काही
तू मात्र उगाच हसत असशील... अधून-मधून...
उगाच बोलत असशील एखादा शब्द...
एखादं वाक्य... तुटकं-फुटकं...
पुन्हा-पुन्हा दीर्घ श्वास घेऊन
तू नि:श्वासत असशील...
आणि तुझे बोलके हुंकार
पाहत असतील मैत्रिणी...
बसमधल्या अंधारातून
तुझ्या मनातल्या अंधारात हलतंय् काहीतरी
हलतंय् कुणीतरी...
हेही जाणवत असेल तुला...
'ही बस पुढे-पुढेच चाललीये
पण मागे काहीतरी राहिलंय् आपलं...'
असंही वाटत असेल तुला...
तुला कदाचित फार मोकळं वाटत असेल
कदाचित तुला आठवत असतील
तुझ्या घराच्या चारी भिंती...
कदाचित तुझं मन

घोटाळतही असेल
गाढ झोपी गेलेल्या तुझ्या नवऱ्याशी...
कदाचित
तूही झोपी गेली असशील तुझ्याच नकळत...
झोपेत तुझ्या कानावर पडणारा बसचा आवाज
आणि मला इथे वेढून राहिलेली ही समुद्राची गाज
यांच्यात जो फरक आहे ना, सुमित्रा...
तोच फरक आहे...
मला तुझ्याबद्दल
आणि तुला माझ्यबद्दल वाटतं त्यात...
उत्तररात्र
मी अजूनही आहे समुद्राच्या चौथऱ्यावर...
भरतीचं पाणी चहूबाजूंनी वाढत चाल्लेलं...
आणि तू गाढ झोपेत
आणखीनच दूर... दूर जात चाल्लेली...
थोड्याच वेळात
माझ्या भोवताली पाणीच पाणी होईल
थोड्याच वेळात
तुझ्या बसचा प्रवेश
एका अनोळखी शहरात होईल...
मी किनारा पाहायचंही सोडून देईन थोड्याच वेळात...
थोड्याच वेळात
तूही विसरून जाशील
तू ज्या शहरातून आलीस
त्या शहराला...
मग मीही बुडवून घेईन स्वत:ला
प्रकाशाच्या अथांग समुद्रात
थोड्याच वेळात
सारं काही सुरळीत सुरू होईल, सुमित्रा!

❑❑

कधी कुणी सांगू नये कुणालाच
उद्या माझं या वेळी हे आहे
त्या वेळी ते आहे म्हणून...
म्हणजे फक्त आपणच आपल्यात थेंबथेंब भिजत
नेहमीसारखं जगता तरी येतं...
पण कुणी ठराविक वेळी
ठराविक ठिकाणी चाल्लंय्
साधं हे माहीत असणंही
किती बेचैन करून सोडतं
आता हेच बघ ना...
आता तू बसमध्ये बसली असशील...
आता तू हात घट्ट बांधून
बाहेरचा अंधार न्याहाळत असशील...
आता तू हे करत असशील
आणि आता तू ते करत असशील...
तू परत येईपर्यंत
आता हे असंच चाल्णार, सुमित्रा!

❑❑

तू जागी असशील
म्हणून मीही जागतो आहे रात्र...
मात्र हे पण ठाऊक आहे मला
तू उद्या अनोळखी शहरात असशील
आणि मी माझ्याच शहरात असेन...
निराधार!
खरंच...!
तू याच शहरात आहेस
हा पण किती आधार वाटतो मला...

❑❑

मध्यरात्र!
बाहेर पाऊस कोसळतोय्...
छपरावरली तडतड वाढत चाल्लीये
तुझ्या आठवणींसकट...
'तिकडे पाऊस पडतोय् का रे?'
वळचणीचं पाणी तळहातांवर झेलत
मी 'हो' म्हणायचो फोनवर
आपल्या दोघांना जोडणारा तो पाऊस
आज कोसळतोय् माझ्या घरावर
तुझ्या घरावर तो कोसळतोय् की नाही
मला ठाऊक नाही...
जरी कोसळत असला तरी
तुझ्या डोळ्यांत आभाळ दाटून आल्यावर
समोरचा रस्ता थोडाच बुडणार आहे पाण्यात आज
डोळे भरून तू थोडीच गाणार आहेस
'लट उलझी सुलझा जा बालम्...' माझ्यासाठी.
मला छेडण्याने तुझ्या तारांवर
स्पंदनं थोडीच उठणार आहेत आज?
मला ठाऊक आहे
ऋतू बदल्ले की झाडांना पर्याय उरत नाहीत...
आणि सुमित्रा,
या ऋतूतल्या
या मध्यरात्रीच्या पावसाने
मलाही पर्याय सोडलेला नाही
आपले जुने पावसाळे आठवण्यावाचून...

❑❑

तुलाही नसेल वाटलं
मलाही नव्हतं वाटत
कधी...
हे असं होईल म्हणून...
मध्यरात्री
मुसळधार पाऊस कोसळत असेल घरांवर
आणि तुझी साधी आठवण काढणंदेखील
पाप वाटू लागेल मला...
पण...
पाप म्हणजे नक्की काय गंऽऽ?
आपण दोघांनी मिळून समुद्रकिनारी झेल्लेला तो पाऊस?
मला शोधण्यात भर दुपारी तू केलेली वणवण?
एका संध्याकाळी तू मला ऐकवलेलं 'सहेला रे!'?
मी भुकेला असताना तू मला करून घातलेला तो वरण-भात?

गुलजारची कविता पाहताना
आपल्या भोवती दाटलेला तो थिएटरमधला अंधार?
तुझं लग्न ठरल्यावर आपण दोघांनी मिळून घेतलेलं...
आणि तस्संच वितळून गेलेलं ते आईस्क्रीम?
तुझ्या लग्नाचं प्रेझेंट म्हणून मी स्वत: शिवून
तुला दिलेली ती गोधडी?
लग्नानंतर पहिल्यांदा घरी आल्याआल्या
तू मला केलेला 'तो' फोन?
तुझ्या प्रेग्नंसीबद्दल एकही शब्द न बोलता
सासरच्या बंटी कुत्र्याबद्दलच बोलण्यात घालवलेले ते तीन तास?
की मला जागवणारा हा तुझा
मध्यरात्रीचा आवडता पाऊस?
तू सांग
पाप म्हणजे नक्की काय?
पुण्य म्हणजे काय हेही मला माहीत नाही...
आणि पाप म्हणजे काय हे मी शोधतोय अजूनही.
माझ्या आत पसरलेलं दु:ख कुणाला माहीत नसलं तरी
तुझ्या आठवणींनी होणारं सुख तेवढं माहीत आहे साऱ्यांनाच...
या पावसात
मी चिंब भिजायला उभा राहिलोय्.
तुला नसेल वाटलं...
मलाही नव्हतं वाटत
की कधी मध्यरात्री
मुसळधार पावसात मी भिजत असेन
आणि सुमित्रा...
कुठल्यातरी तळघरात गाढ झोपी गेलेली असेल.
जिथे पावसाचा
साधा आवाजही पोहोचणार नाही कधीच..

❑❑

सुमित्रा!
कधीतरी माझ्या डोळ्यांत बघ
एक छोट्टंसं बाळ दिसेल रांगताना तुला
बाहुतीतल्या बाहुलीत...
मी तुझ्या डोळ्यांत नेहेमीच बघतो
बाहुली हरवलेलं माझं बालपण...

❑❑

हॉस्पिटलच्या निर्मनुष्य कॉरिडॉरमधल्या
या माझ्या येरझाऱ्या...
आणि निष्काम गतीने फिरणाऱ्या या नर्सेस...
'महाराज! मुलगा झाला! अभिनंदन!'
'आम्ही खुश झालो... ही घे सोन्याची माळ...'
खिशात मोजून एकशे पासष्ट रुपये असताना हे विचार...
तू आत
ॲनॅस्थेशियाच्या मिठीत.
असून नसल्यासारखी.
मी बाहेर...
आत 'काय' चाल्लंय हे माहीत असलेला.
असहाय!

एका बंद खोलीला नाकारण्यासाठी
या कुठल्या तळघरात पोहोचलोय् मी...
हा कुठून येतोय आक्रोश
नुक्त्याच जन्मलेल्या बाळाचा...
माझं लक्ष वेधून घेण्यासाठी आणखीनच पोरका झालेला...
आपल्या अस्तित्वाची जाणीव करून देणारा...
'आय ॲम सॉरी दोस्त,
आय ॲम कटिंग ऑफ ऑल माय रिलेशन्स विथ यू'
मी ओरडू पाहातो आवाजाच्या दिशेने...

संध्याकाळी!
एकमेकांना सावरतो आहोत आपण...
धोक्याची पातळी ओलांडून फुटलेलं धरण...
झोपेतच वाहून गेलेलं गाव...
भणंग खडकावर आदळून फुटलेली नांगरहोडी
शरीरांतूर शरीरं सोलून काढण्यासाठी बांधलेली बंदरं...
गळ्यात अडकलेले आवंढे
डोळ्यांत तरळलेले अश्रू...
एकमेकांच्या वस्तू चाचपून
एकमेकांशी जवळीक साधण्याचा प्रयत्न...

या साऱ्यांतून वाट काढत गेलो आपण...
समोरची रहदारी सकाळसारखीच वाहाते आहे...
आणि...
उजळ माथ्यांनी,
निर्मळ शरीरांनी
बाहेर पडलो आहोत आपण सुमित्रा!
जगण्यासाठी...
पुन्हा एकदा...

❑❑

मी मोठा होण्यासाठी
तू विसरतच जावं तुझं मोठेपण
आणि मी दिवसागणिक लहान
आणखीनच लहान होत जावं
हे तुझ्याच नशिबी का यावं?
पण 'तू' संभाळून घेतलंस मला
तरच मी मोठा होईन कधीतरी...
लाजेकाजेखातर.
नाहीतर आहेच...
मी मोठा व्हायची वाट पाहात
पुन्हा-पुन्हा लहान
खूप लहान होणारं तुझं मोठेपण
केवळ माझ्या सोबतीसाठी...

❑❑

तुझं घर... तुझं अंगण...
तुझं हसणं... तुझं दिसणं...
तुझं मूल... तुझं करियर...
तुझा स्वभाव... तुझा पती...
या साऱ्या जबाबदाऱ्या
तू अगदी सहज 'मॅनेज' करत असशील...
आणि तुझ्या जीवनातलं माझं अस्तित्व
ही 'तुझी' जबाबदारी होऊच शकत नाही...

पण फक्त एकच सांग सुमित्रा...
समज मी तुझ्या हातवरलं
किंवा पायावरलं...
सहाव्वं बोट असतो
तर तू मला टाळू शकली असतीस?

❑❑

आज शहरातले सारे रस्ते चाल्लो...
एका रस्त्यात दुसरा रस्ता मिळत जातो
हे एक बरं असतं...
म्हणूनच शहर अंतहीन अजूनही
रात्र होत आली तरीही...

फूटपाथ... रस्ते ... वाहनं ... गर्दी ... रेल्वेगाड्या ...
फेरीवाले... थिएटर्स ... बागा ...
नॅशनल पार्क ... वसईचा किल्ला...
सारं पायाखाली घालून
आता...
तुला-मला आवडणाऱ्या
समुद्रासमोर मी उभाय् सुमित्रा!
प्रचंड भरती आलेली...
थकवा बधीर होऊन माझ्यात सामील...
पोटात भुकेचा डोंब...
आज मी फार थकलोय् गंऽऽ
आज...

तू 'आई' झालीस
आणि मी अनाथ मुलासारखा भटकतो आहे
सकाळपासून या शहरात...
पण एनी वे,
अभिनंदन! सुमित्रा!

❑❑

भरलेल्या मातीच्या मडक्यातून
ठिबकतंय पाणी थेंब... थेंब...
तशी तुझी आठवण थेंब... थेंब...
या रात्रीच्या घड्यातून माझ्या मनावर...
थेंबाथेंबाचा आवाज
जणू समुद्राची गाज
रात्रभर...
सुमित्राऽऽऽ सुमित्राऽऽऽ सुमित्राऽऽऽ

❑❑

मला वाटतं
माझं मरण जवळ येत चाल्लंय.
तू उशीर केलास सुमित्रा!
गेल्या जन्मी भेटली असतीस
तर या जन्मी
तुझा मुलगा नसतो झालो मी?
पण 'मला' आता उशीर करता कामा नये...
मला लवकर गेलंच पाहिजे...
कारण
तू तरुण आहेस
तोपर्यंतच मला
तुझ्या पोटी जन्म घेता येणार आहे...
अन् तुला
'याच' जन्मी गाठायला हवं मला...
पुढल्या जन्मी
कुणास ठाऊक
'तू' कुठं असशील?

❑❑

माझं दूध तोडायला
आईला स्तनांना
कडू किराईत लावावं लागलं...
आज...
वयाच्या पंचविसाव्या वर्षीही
तू तुझ्या शब्दांना
कडू किराईत लावून
मला तोडू नकोस...
माझं बालपण
आणि माझं तरुणपण
यांच्यात काहीतरी फरक राहू दे, सुमित्रा!

❑❑

आता बरीच गर्दी
बरेच लोक
आणि बरंच काही
आपल्या आसपास घडणारं
आणि या गदारोळात
आपण स्वत:लाच इतके विसरलेलो
की तुला माझी नि मला तुझी
मनातल्या मनात फक्त आठवण
समोरासमोर बसलेले असूनही...
आता बरीच भरती...
बराच वारा...
बरंच भिरभिरलेपण आपल्या भोवताली...
आपण म्हातारे झाल्यावर भेटू...

आपल्या निघून जाण्याने
समोरच्या आयुष्यात
काहीच फरक पडणार नाही
हे सुख...
की दु:ख?

हेही न कळू शकण्याइतके
आपण दिसत नाही आहोत एकमेकांना...
आपण म्हातारे झाल्यावर भेटू...

एखादी सुरकुती...
एखादा पांढरा केस...
एखादा घास अडकलेला
आपल्याला जाणीव करून देईल
चालून थकलेल्या रस्त्याची...
तेव्हा...
थोडेसे थांबून आपण वाट पाहू
सारेच रस्ते पांढरे होण्याची
नवीन उमटणाऱ्या नागमोडी वळणांची.
आणि मावळतीच्या दिवसाला
थोडा बाक पडला
की काठी शोधू आधाराची...
आणि चालत राहू आधाराशिवाय
एकेकट्यानेच...
तेव्हाच्या एकटेपणात
जर आठवलोच एकमेकांना
(समोरासमोर बसलेले नसूनही)
तरच प्रयत्न करू जाणून घेण्याचा
गडद होत जाणारा समोरचा अंधार
आणि गेलेले दिवस...
आता बरीच दुपार...
बरंच ऊन...
बराच धुरळा आपल्या भोवताली...
सुमित्रा!
आपण म्हातारे झाल्यावर भेटू...

❑❑

कधीतरी...
तुझा किंवा माझा वाढदिवस
किंवा आपण खूप-खूप हसू तो दिवस
किंवा खूप नर्व्हस असू तो...
कधीतरी 'तो' दिवस येईल
जो...
दगड फोडून बाहेर पडलेल्या
मायकल एँजेलोच्या मूर्तीसारखा असेल...
जेव्हा...
तुझी सवय झालेल्या माझ्या मनाचा, शरीराचा,
गर्भातून निसटणाऱ्या बाळासारखा आकांत,
तुझ्यातून आरपार निघून जाताना...
आणि...
सवयीने वेदना सहन करत जाणाऱ्या आईसारखी तू...
पहिलटकरीण न राहिलेली...
या पुढे दोघांना जिवंत राहता यावं म्हणून
आपल्याला नाळ तोडावीच लागणार...
पण...
जगण्यामरण्याचा प्रश्न आला
की प्रेफरन्स फक्त आईलाच मिळतो...
आणि घनदाट अरण्यात
मांजरीचं गोंडस पिल्लू सोडून द्यावं
तसा बाळाचा आत्मा हरवून जातो
जगण्याच्या निबिडतेमधे कुठेतरी...

तुझ्यातून आरपार निघून गेल्यानंतरही
जाणवत राहील मला
तुझं अस्तित्व...
नास्तिकाला
देवाचं जाणवत राहतं तसं...

❑❑

आणि तरीही मी...

ही वही

ही वही फक्त वही नाही...
या कविता फक्त कविता नाहीत...
हे शब्द फक्त शब्द नाहीत...
हे आहे
कित्येक रात्रींचं
डोळ्यांत उरलेलं जागरण...
हा आहे
दिवसाढवळ्या स्वत:ला रक्तबंबाळ करून
स्वत:च्याच खुनाचा केलेला प्रयत्न...
हे आहे
खूप खूप रडल्यानंतरचं हसू...
हे आहे जीवन
माझ्या शब्दांच्या वाट्याला आलेलं...
प्लीज्...!
कुणालाही सापडली ही वही
तर पत्त्यावर पोहोचती करा...
कारण...

या कविता आहेत
ज्या फक्त कविता नाहीत...

❑❑

एक प्रश्न

वर्षं जातात...
प्रेयसी जाते...
झोप जाते...
वय जातं...
अशा कित्येक गोष्टी...
काहीही न सांगता...
निघून जातात...
शेवटी...
काहीही गेल्यावर...
स्वत:चेच श्वास ऐकत पडून राहावं...
अशी रात्री–अपरात्रीच्या
हक्काची जागाही जाऊ लागते...
तेव्हा...
आपण कुठं जायचं असतं?

❑❑

अजून कळलेलं नाही

संध्याकाळ
समुद्र...
मध्यरात्र...
उत्तररात्र...
जागरण...
दुपार...
पाऊस...
अशा साध्या साध्या गोष्टींचं...
काय करावं...
ते अजून कळलेलं नाहीयै मला...

❑❑

एकदा

एकदा...
एक शहर चुकून...
एका गावात शिरलं...
तेव्हा गुलजारच्या कविता
शहरात वितळत होत्या
हा योगायोगच...
देऊळ, शाळा, तळं, टेकड्या, निर्जन स्टेशन...
हे पाहात असतानाची शांतता...
हळूहळू झाडाझुडपांत...
पाऊलवाटांवर येऊन बसणारा अंधार...
कधीतरी वाटेत...
डोळ्यांत अडकून मेलेलं पाखरू...
शहराला आणखीनच आर्त करून गेलं...
शेवटी...
शहर स्वत:लाच घाबरून हायवेवर आलं...
धावत्या दिव्यांतून वाट काढत काढत...
गर्दीच्या दिशेनं निघून गेलं...

❑❑

दिनक्रम

एका अनोळखी मुलीचं पत्र...
कुतूहलानं भरलेला पत्रातला प्रश्न...
"तुम्ही तुमचा दिवस कसा घालवता?"
मुली,
पहाटे उठतो,
तेव्हा भरतीच असते ग नेहेमी...
मी माझं हृदय,
लाटांवर ठेवून देतो मग अलगद.
मागे फक्त शरीर राहतं.
आजपर्यंत,
ओहोटीची वेळ कळली नाही,
मग पाणी झिरपलं,
की स्वत:चं हृदय शोधत फिरावं,
खडकात. वाळूत. डबक्यात. शिंपल्यात.
कुठंतरी अडकून पडलेलं हृदय घ्यावं...
आणि किनाऱ्याच्या दिशेनं चालत राहावं...
पोहोचेपर्यंत सावल्या लांबत असतात.
दिवस पाण्यात बुडत असतो.
वारा उगाच भुरभुरत असतो.
पक्षी थव्या-थव्यांनी उडत असतात.
किनाऱ्यावर,
माणसामाणसांत,
रस्त्यारस्त्यांवर,
उदास अंधार येऊन बसू लागतो.
त्यानंतर काही वेळातच,
कवितांचा ऋतू सुरू होतो.
त्याच्या पुढलं,
मला काहीच आठवत नाही, मुली!
खरंच, काही आठवत नाही.

❑❑

सर्व मोठ्या कवींना

ते सारं खोटं असेल अथवा आहेही
पण तरी आम्ही तुम्हांला नमन करतो.
टु बी ऑर नॉट टु बी...
या फंदात पडणारच नाही आम्ही
आम्ही सरळ मोकळे होऊ
तुमच्या कवितांचा आम्हांला लागेल तो अर्थ काढून.
आम्ही मोकळे होऊ
तुमच्या अर्थातून अनर्थ शोधून.
आणि तुमच्या अनर्थाला,
ज्ञानेश्वरीचा अर्थ देऊन आम्हीच मोकळे होऊ
हेही लक्षात असू द्या,
सरळ ओळीत शिरून बसायला
आम्ही शब्द जरी नसलो तरी,
ओळीबाहेर राहून
उगाच प्रश्नार्थक पाहत राहणारे
बावळेही नाही आहोत आम्ही...
काय म्हणालात?
परंपरेचं काय?
(आम्हांला नाही ठाऊक परंपरा म्हणजे काय)
आम्हांला फक्त तुम्ही ठाऊक आहात.
आणि ठाऊक आहेत तुमच्या कविता,
ज्या आता तुमच्याही राहिलेल्या नाहीत.

त्यांना आता आम्ही आमचे संदर्भ दिलेत
(आमची स्पष्टीकरणं दिलीत
आमचे अर्थ दिलेत...)
हो! आहोत आम्ही उनाड...
पण कधीकधी संध्याकाळी,
आम्हीही होतो एकटे.
आम्हांलाही पडतात प्रश्न जे तुम्हांला पडले असतील.
पण तुम्ही,
वाट तरी करून देऊ शकलात कवितांतून,
आम्ही आमची वाट शोधतो आहोत,
आता तुमच्या कवितांतून.
कदाचित लागणार नाहीत पूर्ण अर्थ आमच्या हाती.
पण आमच्या डोळ्यांत मावणाऱ्या आकाशाइतका तरी,
मर्यादित अर्थ आम्ही देऊ तुमच्या कवितांना,
एवढा विश्वास आहे आम्हांला.
आम्हांला
जे दिलंय् तुम्ही,
त्याचाही अर्थ,
आम्ही आमच्याच पद्धतीनं शोधणार आहोत,
तुमच्याच कवितांतून.
तुम्ही बुजुर्ग.
म्हणून आम्ही तुमचे पाय धरतो.
आशीर्वाद द्याल?
नाही दिलात तरी आम्ही पुढे जाऊच.
तितके उनाड आहोत आम्ही,
हे तुम्हांलाही ठाऊक आहे...

हे सारं खरं असेल,
अथवा आहेही,
पण तरी...

❑❑

हार्ट फेल

गरोदर असताना आईला दोन हृदयं असतात.
एक छातीत... एक पोटात.
पोटातलं हृदय धडकायला केव्हा लागतं?
आईच्या पोटात आपले हात-पाय साकळताना?
की नाळ तोडल्यावर?
की आता मात्र एकटं उभं राह्यलाच हवं म्हणून?
सकाळ. दुपार. संध्याकाळ. रात्र.
ऊन. वारा. पाऊस. थंडी.
फूटपाथ. रस्ता. रेल्वे. गर्दी.
गेली सत्तावीस वर्षं.
माझं हृदय इमानेइतबारे
एकही क्षण न थांबता धडकतं आहे.
काल माझा जवळचा मित्र वारला
डॉक्टर म्हणाले, 'हार्ट फेल'...
जेव्हा कुणी असं अचानक मरून जातं
तेव्हा आपल्या पायाखालचा रस्ता
दूरवर दिसत असूनही
केव्हाही अचानक संपेल असं वाटतं.
आपण करत असलेली धडपड
या हृदयाच्या धडधडीत गुरफटून
अचानक आपण गुदमरू असं वाटतं.
प्रत्येक वेळी स्मशानात येणारी बधिरता.
हे शरीर... या भावना... हे विचार
सारं सारं खोटं, असं वाटतं...
आणि एवढं सगळं कळत असूनही,
आपण अपरिहार्यपणे,
आपल्याच भोवती धडधडतो आहोत
असंच वाटतं...

❑❑

कोण आहे?

हे कोण फिरतंय् माझ्यात
रात्रीचा निर्जन रस्ता होऊन?
मलाही न कळणारं काहीतरी जाणून घ्यायला
हे कोण येरझाऱ्या घालतंय् माझ्यातून?
'आत ये... आत ये' म्हणत
हे कोण धडका देतं
संध्याकाळी माझ्या छातीवर?
कोण आहे
माझं सगळं प्रेम... सगळी माया
माझ्या रक्तातून शोषून घेणारं?
कोण आहे
भरदुपारच्या सावलीतही
पायाखालून मनात बोचणारं?
कोण आहे? कोण आहे माझ्यात?
मी स्वतःच्याच छातीवर
कधीपासून टकटक करतोय्...
माझ्या शरीराचं दार
आतून बंद करून कुणीतरी बसलंय्
पण कधी कधी वाटतं
आतूनही टकटक चाल्लीयै माझ्यावर.
मला आत जायचंय्
की त्याला बाहेर पडायचंय्...
आणि हे कुठलं विचित्र दार आहे मधे?
की या शरीराचीच भिंत आहे
जी आतला बाहेर पडल्यावर
आपोआप पडून जाते?
तरीसुद्धा
माझ्या नकळत कोण शिरलंय् माझ्यात
हे जाणून घ्यायचंय् मला...
'कोण आहे?
कोण आहे आत?'

❑❑

राजकन्या

धोऽऽ धस्स्!
जणू खानेलकर घाबरवताहेत समुद्राखालून.
पहाटेच्या या घनगंभीर थंड काळोखात
भोवताली पसरलेल्या गाजेसोबत,
आयुष्य कुठे येऊन उभं ठाकलंय् पाहा.
असंख्य दरवाजे.
आतून घट्ट लावून घेतलेले.
मी उभा आशाळभूतपणे त्यांच्याकडे पाहत.
कुणी बाहेर थांबल्याची
आत कुणाला चाहूल असेलही–नसेलही...
मग युगानुयुगे थांबल्यासारखं वाटतंय्.
कदाचित युगानुयुगे,
ही सारी बंद दारंही माझीच वाट पाहत असतील.
कदाचित,
मी नायकही असेन 'गुलजार'च्या कवितेतला
सुंदर राजकन्येच्या शोधात भटकणारा,
असंख्य दरवाजे पार करून,
जन्मभराची तहान डोळ्यांत साठवून,
एकही पाऊल पुढे टाकू शकणार नाही
एवढा थकवा घेऊन,
मी उभा आहे शेवटच्या बंद दाराशी.
इथूनच पळून जावंसं वाटतंय्...
काही क्षणांतच दार उघडेल.
काही क्षणांतच राजकन्या दिसले.
पण राजकन्येला फक्त शरीर असलं
आणि चेहराच नसला, तर...?
धोऽऽ धस्स्!

(अहमदपूर मांडवी येथल्या हॉटेलमध्ये 'अंतर्नाद'च्या शुटिंगच्या माझ्या पहिल्या दिवसाच्या आधी रात्री ३.०० वाजता सुचलेली कविता.)

❑❑

आज कळलं

‘आई जेवायला वाढ’...
मी नसल्यागत आई वागत होती...
भावाला म्हटलं,
‘संध्याकाळी काय करतोयस्?’
न ऐकल्यागत तो निघून गेला...
‘आज रात्री बसू या?’
मी कितीतरी वेळ सांगत होतो मित्राला,
तो बहिरा असल्यागत
किंवा माझे शब्द हवेतच विरून गेल्यागत
बसून होता...
मग चक्क तो माझ्यातनं आरपार निघून गेला...
‘मी तुझा प्रियकर
तुझा नवरा...
तुझा भाऊ, तुझा बाप
पुरुषाशी निगडित सर्व नाती माझ्यात
पाहतेस असं तूच म्हणायचीस ना?
आय् ॲम सॉरी,
मी कुठं होतो मलाच ठाऊक नाही.
असाच गायब होतो ना मी
अधूनमधून...’
मी मोठमोठ्यानं ओरडत होतो तिच्यासमोर...
ती कुणीही समोर नसल्यासारखी...
शेवटी स्वत:लाच मिठीत घेतलं एकटं वाटू नये म्हणून
पण... माझा मला स्पर्श झाला नाही...
गेले साताठ दिवस हे असं चाल्लंय्...
काय चाल्लंय्?
मी मरून गेलोय् की काय...
असल्यास
कुणी कळवायला तर हवं!

❏❏

स्मशान

लुटून नेलेल्या नगरीसारखं
सारं शहर भकास
दिवसाढवळ्या स्वत:चीच भीती वाटू लागते
रात्रीच्या निर्जन प्लॅटफॉर्मवर
दगडी बेंचामागे लागलेली संगमरवरी पाटी
'धीस् बेंच इज डेडिकेटेड इन मेमरी ऑफ'
पाणी प्यायला कूलरजवळ गेलं तरी...
'कोल्ड ड्रिंकींग वॉटर इन मेमरी ऑफ'
सारे रस्ते... सारे चौक
कुणाकुणाच्या नावांच्या पाट्या
गळ्यात अडकवून असतात फिरत रहदारीतून.
हे सारं शहरच
कुणाकुणाच्या स्मृतिप्रीत्यर्थ
वाहिलंय् आपल्याला.
घराच्या चार भिंतींनाही
स्वप्नं पडतात बडबडणारी
'इथं काही लोक झोपले आहेत.
अजूनही मेलेले नाहीत.
झोपले आहेत...
मरून बराच काळ लोटला.
पण मानत नाहीत की मेलेत...
त्यांना वाटतंय् आपण झोपलोय् अजून...'
आता दारं-खिडक्या
लावूनही काही होणार नाही.
आता समोर फक्त दोन पर्याय आहेत.
निराश होऊन शहराच्या स्मशानात
स्वत:चं घर बांधावं.
किंवा जिवंत प्रेतासारखं
सर्व हवेवर सोडून मोकाट हिंडत राहावं या शहरात,
कशा कशाचाही स्वत:वर
परिणाम न करून घेता...

❑❑

जगण्यासाठी त्यांनी मग...

काल संध्याकाळीच
रिमझिम पावसात
काही कवी समुद्रावर जमले...
समुद्र भयानक उधाणलेला होता...
साऱ्यांनी एकमतानं समुद्राच्या तळाशी...
आपापल्या कविता वाचायचं ठरवलं...
साऱ्यांनी समुद्रात पावलं टाकली...
गुडघा, कंबर, पोट, छाती.
आणि आता
समुद्राचं पाणी मानेपर्यंत आलं होतं...
साऱ्यांना एकमेकांचे मानेपर्यंतचे चेहरे दिसत होते.

एखादी प्रचंड लाट यायची...
साऱ्यांच्या डोक्यांवरून जायची...
तळपायांची शोधताना जमीन...
साऱ्यांनी कविता म्हणायला सुरुवात केली...
काही कवींच्या पायाखालून वाळू लवकर सरकली.
काहींच्या पायाखालून जरा उशिरानं
काही वेळाच्या अंतरानं उधाणलेल्या पृष्ठभागावर...
बुडबुडे उठतच राहिले...
त्यानंतर रात्रभर समुद्रावर...
मुसळधार पाऊस कोसळत होता...
आज सकाळी आलेल्या भरतीतून
एकही कविता किनाऱ्याला लागली नाही...
परतलेल्या होडीला फडफडणाऱ्या एका माशानं
थंड होण्यापूर्वी सांगितलं...
एकमेकांच्या कविता पायाखाली घेऊन,
साऱ्याच कवींनी जिवंत राहण्याचा आटापिटा केला.
पण पाणी चढतच गेलं...
जगण्यासाठी त्यांनी मग...
स्वत:च्या कविता पायाखाली घेतल्या...
काही वेळ जिवंत राहिले...
पाणी चढतच गेलं...
कवितांच्या प्रेतावर उभे राहून सारेच कवी
शेवटी बुडून मेले...
ईश्वर त्यांच्या कवितांना शांती देवो.

❑❑

जॉईंट

जगाच्या परंपरागत
चांगल्या वाईटाच्या संज्ञांमधली
येडझवी सकाळ...
लपथपती गंजीफ्रॉक दुपार
स्तनांना लुचत काढावीशी संध्याकाळ.
अंडरपँटमधली ओलीचिक्कट रात्र
आणि या सर्वांवरून दिवसभर वाहणारी भडवेगिरी.
या साऱ्यांमधून स्वत:ला गाठावं...
एक सिग्रेट घ्यावी...
तोंडापासून दाबून-दाबून मोकळी करावी...
मग गोळी जाळावी.
तंबाखूत मळावी.

फिल्टरनं ओढून-ओढून सिग्रेट भरावी
ओठ पिरगळून टाकावेत सिग्रेटचे...
काही वेळापुरते बंद करावेत चौकीपहारे...
गड चढून वर जावं...
परतीचे दोर कापून टाकावेत
पाय पसरून लांब, व्हावं जॉईंट स्वत:लाच...
आता 'जॉईंट' पेटवावी...
मंद-मंद झुरके घ्यावेत आत...
खोल... आणखी खोल... आणखी खोल...
मग कड्यावरून झोकून द्यावं स्वत:ला...

आजूबाजूला ढगच ढग...
लाटांवर होडी हलू लागलीय्...
भुसभुसीत वाळूतून चालणं चाल्लंय्.
डोक्यात भुंगा गुणगुणू लागलाय्.
नसानसांतून थंडगार धूर
हळूहळू आवाज कोस-कोस दूर...
साऱ्या हालचाली मंद-मंद
सारे अवयव सैल-सैल...
परतीचे दोर दिसताहेत कापलेले...
भोसड्यात गेला गड...
आणि भोसड्यात गेला सिंह

राखेचा उभा ढीग सांभाळला पाहिजे...
झेललं पाहिजे आक्रमण झुरक्या झुरक्यांचं...
मग उभं करून सारं जग आपल्यासमोर...
सिग्रेटची नळी तोंडात घालून स्वत:च्याच
झुरकून टाकू 'गोळी' पुन्हा एकदा स्वत:वर...
आणि मग...
समोरच्या जगावर बेसुमार गोळीबार करत सुटू...

❑❑

हार्ट-सर्जरी

माझ्या काही अटी होत्या...
ऑपरेशन सुरू असताना
माझा कवी मित्र
ऑपरेशन थिएटरमध्ये उपस्थित हवा...
मला ॲनेस्थेशियात टाकलं जाऊ नये...
माझ्या आवडत्या कवींच्या कविता
ऑपरेशन सुरू असताना मित्राला म्हणू द्याव्यात...
माझ्या छातीवरचे केस काढले गेले...
मी उताणा...
वर भला मोठ्ठा लाईट...
बाजूला ऑक्सिजन सिलिंडर्स...
चकचकीत शस्त्रास्त्रं...
पांढरे ॲप्रन्स...
पांढरे रबरी हॅण्डग्लोज् घातलेले डॉक्टर्स. नर्सेस...
उशाला कॉम्प्युटराईज्ड टी.व्ही.
त्यावर आडव्या-तिडव्या रेषेत धावणारा बिंदू...
हा माझा श्वासोच्छ्वास म्हणे...
टी.व्ही. वर बघूनच त्याची फ्रिक्वेन्सी कळते...
(साले... ऑपरेशन करणार आहेत
की टी.व्ही. बघत बसणार आहेत...)
'ऐलतटावर-पैलतटावर हिरवाळी घेऊनी
निळासावळा झरा वाहतो बेटाबेटांतुनी'
मित्रानं कविता सुरू केली...
डॉक्टरांनी छातीत सुरी खुपसली...
वरचं मांस कापून बाजूला केलं...
फासळ्या ड्रील करून मोकळ्या केल्या...

धडक्... धडक्... धडक्... धडक्...
त्यांना दिसला लाल रंगाचा मुठीएवढा गोळा...
माझ्या डोळ्यांत कृतज्ञता उतरली...
हो सालं...
नाहीतर... आजकाल कोण इथपर्यंत पोहोचतो...
'सीझर,' डॉक्टर म्हणाले...
अगदी अलगद हृदयात खुपसून...
ते हृदय कापू लागले...
चुळ्ळकन् रक्ताचं कारंजं उडालं...
जमिनीवर लाल थारोळं...
'झाकळुनी जळ गोड काळिमा पसरी लाटांवर
पाय टाकुनी जळात बसला असला औदुंबर'
मित्र आता डोळे मिटून कविता म्हणत होता.
मोडकळीस आलेल्या घराची झडप डॉक्टरांनी उघडली...
आणि अचानक काही प्रेतं बाहेर पडली...
पैकी...
फक्त दोघांची ओळख पटली
एक माझ्या फार जुन्या मित्राचं होतं
आणि दुसरं होतं माझ्या प्रेयसीचं...
ही प्रेतं माझ्या नकळत मी का वाहात होतो?
इतक्यात...
एक. दोन. पाच. वीस. पंचवीस. अरे?
जिवंत माणसांचे कळपच्या कळप
माझ्या हृदयातून बाहेर पडून सैरावैरा पळू लागले...
जणू इतकी वर्षं बळजबरीनं
मीच त्यांना कोंडून ठेवलं होतं...
हळूहळू...
माझ्या रक्तात माखलेल्यांनी...
सारं ऑपरेशन थिएटर भरून गेलं...

रोगी दगावेल म्हणून
त्यांच्यातूनच वाट काढत
डॉक्टर बिघाड शोधत होते...
‘ही अफाट गर्दी कोलाहल कल्लोळ
आश्चर्य! अरे बघ गेला याचा तोल...’
तशातही...
मित्र कविता म्हणतच होता...
‘दे विश्ड दे कुड फ्लाय अवे
अँड नॉट सिंग बाय माय हाऊस ऑल डे...
अँड अफ्कोर्स देअर मस्ट बी समथिंग राँग
इन वाँटिंग टू सायलेन्स माय साँग...’
शेवटी सारे निघून गेलेत...
कच्चे टाके घातलेलं हृदय घेऊन मी पडलोय्
संपूर्ण रिकामा झालोय्...
कदाचित...
हा रितेपणा मला वेडही लावील...
म्हणूनच
मी उद्या राजस्थानच्या रेताड प्रदेशात जाणार आहे...
कच्चे टाके उसवून...
हृदयात खचाखच रेती भरून घेणार आहे...
उरलेल्या सर्व वर्षांपुरती.
आता, माणसांची वाट पाहण्यात अर्थ नाही...
आता, या क्षणी मला काहीच जाणवत नाही आहे...
पण,
कुठून तरी, कुणीतरी डेस्परेटली गातोय्...
‘वुड्ज आर लव्हली डार्क अ‍ॅण्ड डीप
अ‍ॅण्ड आय हॅव प्रॉमिसेस् टू कीप
अ‍ॅण्ड माईल्स टू गो बिफोर आय स्लीप
अ‍ॅण्ड माईल्स टू गो बिफोर आय स्लीप...’

❑❑

घर–बेघर

एमिलीनं शेवटची पंचवीस वर्षं
घर ओलांडलं नव्हतं...
आपल्याला आता घर ओलांडून
शेवटची काही वर्षं काढायला हवीत...
नव्या भिंती.
नवं दार.
नव्या खिडक्या.
नवं आकाश.
नवा रस्ता.
नवा समुद्र.
एवढंच नव्हे
आपणही आता नवं होऊन बाहेर पडायला हवं.
कदाचित,
एकदा गेल्यानंतर कधीच
धाग्यातल्या गाठींचा अडसर आपण दूर करू शकणार नाही.
आपण जेव्हा फोनवर विचारू खुशाली
आई–बाबांची.
तेव्हा पलीकडचे आपण नक्की कसे असू?
काही बोलण्याआधीच जेव्हा...
फोन कट होईल आपला...
किंवा दोघांपैकी एकाचा आवाज
पोहोचणार नाही दुसऱ्यापर्यंत
तेव्हाचे असाहाय्य आपण नक्की कोण असू?
फोन ठेवून बूथमधेच बराच वेळ उभे राहू आपण...
पण बूथही आपल्याला सोडावाच लागेल शेवटी...

शाळेजवळून जाताना आवारातलं बकुळीचं झाड दिसतं...
अगदी तस्संच उभं...
कित्येक विद्यार्थी बदल्लेत...
बकुळीचा सुगंध घेऊन...
पण झाड तस्संच उभं...
आता...
आपण झाड आहोत...
की घर झाड आहे आपलं...?
हे कुणी आणि कसं ठरवायचं...
कुठेतरी, काहीतरी घोटाळा असला पाहिजे...
तुकड्या-तुकड्यांनी विलग झालेला भूतकाळ...
मुद्दाम थांबून जोडू पाहातो आपण...
आपल्या वर्तमानाशी...
उतारावरून हाकत नेलेला सायकलचा टायर...
गल्लीतल्या कोपऱ्यातले पिंजऱ्यातले रंगीबेरंगी पक्षी...
आपल्या झोपड्यासमोर झालेली प्रचंड इमारत...
हळूहळू विरत गेलेली हिरव्या भाज्यांची वाडी...
वडिलांनी शाळेला शिव्या दिल्यानंतर...
शाळेच्या खिडकीतून...
समुद्राकडे टक लावून बसलेले पाचवीतले आपण...
आपण खेळलेल्या दरीत झालेले डांबरी रस्ते...
आपण कापलेली पहिली कोंबडी...
शाळेतल्या भिडेबाई...
देवळातलं गाणं...
गाण्यातले गुरुजी...
गुरुजींचे हळूहळू झालेले सर...
सरांनी तिच्याबरोबर पिक्चर पाहायला दिलेले पैसे...

'दिल अपना और प्रीत पराई'
हे सारं सारं आपल्या कादंबरीतलं?
अगदी परवा परवापर्यंत वाटायचं...
आपण अजून छोटे आहोत...
कालचा मधला एक दिवस...
आणि अचानक सापडतो आपण...
धीर-गंभीर... वयस्क...
सहज वळतो उंबरठ्यात...
आणि पंचवीस वर्षांचं वाळवंट दिसतं आपल्याला...
घरभर पसरलेलं...
आपल्या नकळत साचलेले पिरॅमिड्स...
आणि मृगजळ भिंतीभिंतीतून आरपार...
कदाचित...
या वाळवंटातल्या उंटांचं उंटपण...
हरवेलही चौपाटीवर...
आपण घर सोडू तेव्हा...
आपण वळतो...
रस्त्यावर येतो...
चालण्याचा प्रयत्न करतो...
तळपायांना चिकटलेले वाळूचे कण टोचू लागतात...
स्वत:शी ताटातूट झालेले आपण...
पायांना चिकटलेले वाळूचे कण...
झटकू शकत नाही...
तेव्हाच कळतं आपल्याला...
घराबाहेरच्या पहिल्या दिवशीच...
एवढा बधीरपणा...
म्हणजे घरातल्या पंचवीस वर्षांतच
आपण सैरभैर असलो पाहिजे...

❑❑

उन्हाळा

मित्रा!
काल समुद्रकिनारा ढगांनी नव्हता अंधारला.
संध्याकाळ होत होती हळूहळू...
तुला उगाच जाणवला थेंब तुझ्या डोक्यावर.
मग जसजशी रात्र होऊ लागली
पाण्याचा आवाज वाढत गेला तुझ्यात.
घाटावरल्या घरासमोर दाटून आलेलं आभाळ.
डोंगराच्या अंगाखांद्यावरून वाहणारे दुधाळ धबधबे.
रानातून पानापानात येणारा आवाज.
चिंब भिजलेल्या वाळूत रुतलेले तुझे पाय.
आकाशातून सांडलेल्या धाग्यांनी
शिवून काढलेला तुझा सारा चेहरा.
लांबलेल्या तुझ्या जिभेवर
आभाळानं बांधलेलं पाण्याचं घर
तुझ्या या साऱ्या पावसाच्या आठवणी
इतक्या अनावर होऊ देऊ नकोस
अजून तुझा शर्ट भिजायचाय घामानं.
तुझा जीव गुदमरायचाय् झळांनी.
तुला मृगजळामागे भटकायचंय् सावल्यांनी.
तुला खूप ऊन सोसायचंय् रस्त्यांनी.
मित्रा!
अजून सारा उन्हाळा संपायचाय्.

❑❑

गोष्ट

एक गोष्ट एका तळघरात
वर्षानुवर्षं अडकून पडली आहे
तळघरातला अंधार चाचपत
बाहेर पडण्यासाठी दरवाजा शोधत
वर्षानुवर्षं ती तशीच जिवंत राहिली आहे.
पण आज
त्या गोष्टीतले शब्द. वाक्य. अर्थ.
सारे तळाघरातल्या कोपऱ्यात
लहान मुलासारखे पाय छातीशी घेऊन
शेवटचे थकून बसले आहेत.
आता गोष्टीला बाहेर पडायचं नाहीयै.
एखादी गोष्ट जेव्हा अशीच विरून जायचं ठरवते,
स्वतःच स्वतःच्या वयावर काट मारते,
तेव्हा तळघराबाहेरचा प्रकाश
त्या गोष्टीची वाट पाहत राहतो, वर्षानुवर्षं.
मग त्याच्या वाट पाहण्याचीही एक गोष्ट होते.
जी कुणी कधीच लिहीत नाही,
जी आपण फक्त समजून घ्यायची,
न वाचलेल्या पुस्तकाला पाहून.

❑❑

फुलपाखरं

तळहातांवर उरलेले फुलपाखरांचे रंग
विरून गेले तर बरं होईल.
माझी हजारो फुलपाखरं
या शहरातून उडून गेली काल...
आज सकाळी उठून पाहतो तर
मला पायच नव्हते...
रस्त्यांच्या जंगलातून
वाऱ्याबराबेर मी नुस्ता भरकटतोय् आता.
पावलांचे ठसे उमटत नाहीत
तरी मागं वळून पाहण्याचा मोह आवरता येत नाही
पण पुढं सरकताना
पाचोळ्याचा आवाज तेवढा
भिरभिरत राहतो कानात माझ्या...
ज्या गर्दीत वाऱ्यानं आणून सोडलंय् मला,

त्या गर्दीची लाखो-करोडो फुलपाखरं
अजून या शहरातच आहेत
मला कळतंय्...
उरलेल्या फुलपाखरांमधली
ज्याची त्याची फुलपाखरं
ज्याच्या त्याच्या डोळ्यांसमोर
मरतानाही भिरभिरत राहातील...
मला कळतंय्...
आणि निसटलेल्या फुलपाखरांना
कुठले तरी डोळे...
कधीतरी पाहणारच...
जिथं डोळे असतात
तिथं फुलपाखरं असतात...
नव्हे असायलाच हवीत...
हेही मला कळतंय्...
पण तरी.
माझी हजारो फुलपाखरं माझ्या नकळत
या शहरातून उडून गेली काल...
आता एका डोळ्यात सूर्य
आणि एका डोळ्यात चंद्र दिसतोय ना माझ्या?
म्हणजे आता,
माझ्या उन्हाला सावली नाही
की सावलीला नाही ऊन
तरंग न उठणाऱ्या तळ्याकाठी
मी तसाच राहिलोय् बसून...
माझ्याकडे पाहून कुणीतरी सांगेल...
याची फुलपाखरं गेलीयेत उडून.

❑❑

दिवस

निर्मनुष्य माळरानावरचा
एकेक पक्षी धरून
पंख छाटल्या पिंजऱ्यात कोंडायला हवा...
किनाऱ्यावर आपल्या शरीराला जाणवतात
दूरवरल्या होडीतले हेलकावे
ते थांबवायला हवेत...
उन्हात निथळत असताना,
गर्द झाडांच्या सावलीत
झोपी गेलेल्या आपल्याला
आता उठवायला हवं...
'या वेळेस ही गाडी इथे असेल...'
'तो माणूस जिथे असेल...'
'ती आता कुठे असेल?'
ही रहदारी नियंत्रित करायला हवी...
मध्यरात्री
प्लॅटफॉर्मवरल्या भिकाऱ्यांच्या रांगेत
सोडून दिलेलं आपलं आयुष्य
पहाट होण्यापूर्वी आता परत आणायला हवं...
किनाऱ्यापलीकडे दिसणाऱ्या घरांच्या गर्दीतलं
आपलं छोटसं घर
आता आपल्याला दिसायलाच हवं...
वडिलांच्या स्वप्नांचा नंबर वाढलाय्...
आईच्या जगण्याची फ्रेम मोडलीये...
आता घरापुढे काही पायऱ्या बांधून घ्यायला हव्यात.

मनाची तळघरं उद्ध्वस्त करून जगण्याचे हे दिवस...
धडधडत्या ट्रेनमधून आता सांभाळून उतरण्याचे हे दिवस...

❑❑

प्रेत

प्रेताला काहीच जाणवत नाही म्हणतात...
पहिल्यांदा प्रेत जळताना पाहिलं तेव्हा...
मी समुद्रावर शिंपल्या गोळा करायला गेलो होतो...
त्यानंतर कितीतरी दिवस आगीच्या ज्वालांत...
माझ्या शिंपल्या जळत राहिल्या होत्या...

दोन्ही हातांत
गच्च भरून घेतलेल्या वाळूचा गारवा विसरून
कधीतरी राख होणारे माझे हात पाहातच
वाळूचे किल्ले बनवायचो मी...
भयाण उधाणलेल्या लाटा घेऊन
घरी यायचो मी...
हळूहळू...
वाळू निसटून गेली...
शिंपल्या हरवून गेल्या...
लाटा विरून गेल्या...
खडकांच्या प्रदेशात कधी येऊन पोहोचलो
माझं मलाच कळलं नाही...
प्रेत होत जाण्याची प्रक्रिया
कधी संपली कळलंच नाही...
पण मग शेवटी जेव्हा
प्रेताचंही प्रेत होतं
त्याची विल्हेवाट कशी लावतात?

जाऊ द्या!
मला काय करायचंय्?

प्रेताला काहीच जाणवत नाही म्हणतात...

❑❑

शेवटपर्यंत

आधी तो जगातून बाहेर पडू शकला नाही...
मग देशातून...
मग शहरातून...
मग गावातून...
मग घरातून बाहेर पडू शकला नाही
या सगळ्याचा निर्माता तोच होता
पण कधीतरी एकदा...
जगातून देश...
देशातून शहर...
शहरातून गाव...
गावातून घर पार करून जेव्हा तो...
माणसापर्यंत पोहोचला...
तेव्हा स्वत:च्या या निर्मितीत
तो एवढा गुंतून गेला... की शेवटपर्यंत...
तो स्वत:तून बाहेर पडू शकला नाही...

❑❑

क्लब...

हा एवढा रस्ता संपला
की पुढे स्टेशन लागेल...
स्टेशनमधून गाडी सुटते शहराकडे...
मग गर्दीत मिसळून जाईन मी...
संध्याकाळपर्यंत मग भ्यायला नको
जायला नको शोधायला मलाच,
समुद्रकिनाऱ्यावर...
रस्त्यारस्त्यांवर...
आणि कुठेच नाही सापडलो तर
पांघरुणात...

ही अस्वस्थता
या आठवणी...
हे नुस्तं बसून राहाणं...
या कविता...
अशा पत्ते न बघता
चाली चालायला नकोत
आपणच आपले पॅक होऊन
या गर्दीची रमी जुळवत राहावी दिवसभर...
जुगाऱ्यांची विंडो शॉपिंग करायला
माझ्या उरल्या-सुरल्या तारुण्याची पुंजी घेऊन
मी नेहेमीच बाहेर पडतो.

❑❑

टिकल्या

प्रतिबिंबाच्या तळ्यातून वर येऊन
पृष्ठभागावर तरंगणाऱ्या टिकल्यांची प्रेतं
मी घरोघरी पाहिलीयेत...
माझी आईसुद्धा
पारा उडून गेलेल्या आरशात पाहून
कुंकवाचा चंद्र कोरते...

ललाटीचा घाव लपवण्याची ही टिकलीएवढी धडपड...
कितीतरी आरसे पाहात आलेत कधीपासून...
मला आठवताहेत आरशावर टिकल्या चिकटवणाऱ्या सख्या...

थबकलेल्या पाण्यावर टिकल्यांचे दिवे सोडणारी..
आठवणीच्या खुणेवर बरोब्बर टिकलीएवढं तळं बसवणारी...
सात चुंबनांनंतर
आरशावर सात टिकल्या चिकटवणारी...

माझं पहिलं चुंबन घेऊन
आपल्या खोलीतल्या आरशावर
नांगरून ठेवलेली जुनी जहाजं
पटापट उखडून फेकणारी...
रंगीबेरंगी चांदण्यांच्या रांगेत
'हा तुझ्या नावाचा' असं म्हणून
आरशाच्या आकाशावर टिकलीचा काळा चांदोबा लावणारी...

त्या सर्व टिकल्यांची शपथ...
रात्री–अपरात्री
स्वत:च्याच कविता वाचताना
त्या सर्व टिकल्या
माझ्यावर चिकटून असल्याचा भास होतो
तेव्हा मी स्वत:ला चाचपून
माझ्यावरला पारा शोधू लागतो...
काचेमधलं अनंत पाणी डुचमळत राहत डोळ्यांत...
आणि सैरभैर फिरतात आरशातल्या टँकमधे
टिकल्यांचे रंगीबेरंगी मासे...

पारा उडून गेलेल्या आरशात पाहून
आजही माझी आई
कुंकवाच्या चंद्राची पौर्णिमा
कशी करू शकते साजरी
हे माझ्या वडिलांनाच विचारायला हवं...
माझ्या कुठल्यातरी प्रेयसीकरवी
कधीतरी...

❑❑

माझं स्वत:चं असं वेगळंच शहर...

माझं स्वत:चं असं
वेगळंच शहर आहे...

कधी-कधी शहरातले दिवे जातात...
ब्लॅकआऊट!
पण तरी सवईनं सगळं सुरू असतं अंधारातही...
इथे विजेची बिलं आली की दिवे हसतात
आणि दिवसा वीज जाळली
की सूर्याचे एजंट घेऊन लाईन कापतात...
दिवसा शहर
सुन्न पडून असलेलं वारूळ नुस्तं...

मी पाऊसओल्या निर्जन रस्त्यावरून
चालत असतो जेव्हा रात्री माझं हे शहर घेऊन...
दिवे चमचमतात जमिनीतून
काचेवर चिरडलेले काजवेच-काजवे...
अंधार समुद्र किनाऱ्यावर गोठून बसलेला...
दूर कुठूनतरी ट्रेन जात असते धडधडत...
घड्याळाचे टोल कुठेतरी...

कुठेतरी कुत्र्याच्या रडण्याचा आवाज ताणलेला...
रस्त्याच्या कडेला असलेल्या इमारतींतून...
पंख्याचा सर्रर आवाज...
हा आवाज मग कामपिसाट होऊन
निर्जन रस्त्यातच चढत जातो माझ्यावर...
मी सभोवार पाहातो सैरभैर
सगळं शहर गाढ झोपेत...
नुस्ती रातकिड्यांची किरकिर
आणि बेडकांचं ओरडणं
मग माझं स्वत:चं ते वेगळं शहर
हसू लागतं मला...
तितक्यात वरून
रात्री दोन-अडीचचं विमान जातं...
एक मस्त दिलासा
कुणीतरी माझ्या सोबत जागतं आहे
हाकतं आहे अंधार पहाटेकडे... याचा...

सकाळी... सूर्य उन्हाचे हात लांबवत जातो तेव्हा...
सगळं जग पळत असतं स्टेरॉइड घेऊन बेभान...
आणि माझं स्वत:चं असं वेगळंच शहर
गाढ झोपलेलं असतं
दिवसालाच रात्र समजून...

माझं स्वत:चं असं
वेगळंच शहर आहे
दिवसा
कर्फ्यू लागलेलं निर्जन
रात्रीच सगळी वर्दळ...

❑❑

गणपतीचं दुकान...

आपापल्या घरमालकांची
वाट पाहत बसलेल्या या मूर्ती...
कानात... हातात... सोंडांत
अडकवून विकत घेणाऱ्यांच्या ऐपती...
यांना मालक निवडण्याची बंदी,
त्यांना गणपती निवडण्याचं स्वातंत्र्य...
खरंच!
देवालाही स्ट्रगल चुकला नाही अजून...
गर्दीतला कोण कुणाला
दीड, पाच, सात, चौदा किंवा एकवीस दिवस वाटून देईल.
देव असून
त्यांनाही नाही ठाऊक...

आरत्या... सजावट... घमघमाट
फळफळावळ, दुर्वांच्या बागा
सिनेमे, ऑर्केस्ट्रा, नाचगाणी. फुल एन्टरटेन्मेन्ट...
उसंत मिळणार नाही यांना...
वाटून दिलेल्या वास्तव्यात
आणणारेच उचलतील
तो आपला शेवटचा दिवस मानून
वाजतगाजत करतील निरोपार्तीचा स्वीकार समुद्र किनारी,

दूर पाण्यात होडी थांबलेली...
अनेक घरचे एकाच होडीत, बुडण्यासाठी!
आता खूप आत...
बोला 'गणपती बाप्पाऽऽऽ'... 'मोऽऽरया.'
निघून जातील काही सुखरूप कुठेतरी...
जे थकतील

ज्यांना पोहवणार नाही ते...
सोडून देतील पाण्यात आपला एकेक अवयव...

भरती आल्यावर मग
भरून जाईल किनारा...
पण तेव्हा कुणीही देणार नाही ओळख
कुठल्याही हाताला, पायाला, सोंडेला...
वेण्यांना, फुलांना, मुकुटांना तुटलेल्या...
'पुढल्या वर्षी लवकर याऽऽऽ' ...च्या घोषात
निघालेले काही
येतीलही किनाऱ्यावर दुसऱ्याच दिवशी
ते घोष खरे समजून...
पण मांडव
उखडलेले असतील साऱ्यांचेच...
मग पुढल्याच भरतीची गाडी धरून
विदाऊट तिकीट निघून जातील सारे हळूहळू...

पण तरी...

पुढील वर्षी याच दिवसांत हेच सारे गणपती...
दुकानादुकानांतून करतील गर्दी...
हात... सोंडा... माना उंचावून
दाखवतील आपापल्या किमती...
दरवर्षी हेच
असंच होत राहणार...
माणूस देवाला कंटाळणार नाही
की देव माणसाला...
फक्त माझ्यासारखे साऱ्याचाच कंटाळा आलेले
कधी देवाची बाजू घेतील
कधी स्वत:ची...

❑❑

दोन पॉईंट्स्, माथेरान
वन ट्री पॉईंट...

तसे सारेच डोंगर उभे असतात
ऊन, वारा, थंडी, पावसाच्या जंगलात...
पण भोक पडलेल्या होडीत
शिरलेलं पाणी ओंजळीओंजळींनी रिकामं करून...
होडी तरंगत ठेवणं
फार कठीण असतं...
विसरून गेलोय् मी मलाच
माझ्यावर उगवलेलं
एकुलतं एक कवितेचं झाड सांभाळता-सांभाळता...

पूर्णविरामापर्यंत येणाऱ्या
सर्व चिन्हांच्या पायवाटा तुडवत...
मनाच्या प्लास्टिकमधली कवितांची रोपटी सांभाळत...
माझ्यापर्यंत आलेले शब्दांचे प्रवासी...
मी माझी जगण्याची कल्पना
ठेवली आहे जिवंत अशीच...
कुणी आपल्याला पाहायला येतं
तेव्हा आपणच त्यांना पाहून जगत असतो... हा...
बारमाही पाऊसच
माझ्या झाडावरल्या ओळींच्या फांद्यांवरली
शब्दांची पानं ठेवतो आहे हिरवी...
सुगंधानं वेडं झालेलं जग
जंगलाजंगलातून फिरत असतं
हुंगत असतं डोळ्यांनी निसर्गाचं हरिण...
हरिण...!
जे फिरतंय् वर्षानुवर्षं माझ्या भोवताली
माझ्यावर... माझ्यातून...
मला वाटतं माझ्यावर उगवलेल्या
एकुलत्या झाडाच्या बेंबीतच
असावी ती कस्तुरी...
हे एवढं झाड कोसळलं
कि माझी होडी बुडेल हेही ठाऊक आहे मला...
म्हणूनच...

❑❑

... एको पॉईंट

तुम्ही कधी
तुमचा एको पॉईंट शोधलाय्?

प्रत्येकाकडे एक नाव असतं
            एक हाक असते
            एक आवाज असतो...
समोर फक्त एक डोंगर शोधायचा असतो...
द्यायची असते हाक
नावाला आवाजातून...
प्रतिध्वनी आलाच
तर आपला धबधबा वाहतोय् असं समजायचं...
नाहीतर दोघांत असलेली दरी
ढगांनी भरून गेल्याचं समजून घ्यायचं...

मग त्या ढगांच्या समुद्रात
कुणी कुठली होडी घेऊन उतरायचं
हे ज्याचं त्यालाच ठरवावं लागतं.
कुणाच्या नशिबी कुठला एको पॉईंट येईल
हे ज्याच्या-त्याच्या ऋतूवर अवलंबून असतं...

प्रचंड पावसात मला माझा डोंगर भेटला...
जिथे जिथे आवाज आपटले
तिथे तिथे धबधबा निर्माण झालेला...
पण माझा आवाज तिथवर पोहोचलाच नाही...
धबधबा निर्माण झालाच नाही...
माझं दुःख मग माझ्या डोळ्यांतून दरीत कोसळू लागलं...
मला खात्री होती
सगळी दरी माझ्या दुःखाने भरून जाण्याची...
पण तितक्यात
वाऱ्याचे सुसाट घोडे
ढगांसकट कोसळू लागले दरीत...
आणि सगळी दरी भरून गेली ढगांनी...

तुमचं दुःख कधी ढगांच्या खाली पुरलं गेलंय्...?
तुम्ही कधी
खोल दरीतून घोंघावणारे ढग पाहिलेत दुःखात चिंब भिजलेले...
किंवा ढगांचा खोल समुद्र पाहिलाय् भयाण दुःखी...?
बरं, तुम्ही कधी...
तुमचा एको पॉईंट शोधलाय्...?

❑❑

मांडव

प्रत्येक वेळी
हे शहर सोडताना
मला वाटत राहतं...
आपण पुन्हा कधीच इथे परतणार नाही...
आपण निघून गेल्यावर
आपल्या ओळखीची माणसं काय-काय करतील...
याचेच आराखडे बांधतो मी...
असल्याचा-नसला होणं
हा गूढ रीटेक पाहतांना
मला कळते माझीच किंमत इतरांच्या नजरेतली...

नवरामुलगा काठीला घोंगडं-बोचकं बांधून,
मांडवातून निघून जाऊ लागतो... लुटूपुटूचं...
सारे त्याला अडवतात...
विनवणी करतात त्याची...
मग तो त्याला हवं ते मागतो... परततो...

माझ्या एका मैत्रिणीच्या समाजातली ही प्रथा...
एकदा एका लग्नात
नवरामुलगा लुटूपुटूचा बाहेर जाऊ लागला...
कुणाचंच लक्ष नव्हतं...
कुणीतरी अडवावं म्हणून घोटाळला जरासा...
पण कुणाचंच लक्ष नव्हतं
तो गेला...
गेला तो गेलाच...
पुन्हा कधीच परतला नाही...

आता तो कुठे असेल?
कुणीच का अडवलं नसेल त्याला?
की ठरवून साग्रसंगीत दुर्लक्ष केलं असेल सगळ्यांनी?
प्रश्नांचं मोहोळ घेऊन ते
दूर होत गेला असेल एकेक पावलाने...
शहरामागून शहरं ओलांडत
निघून गेला असेल दूर कुठेतरी...

मीही ओलांडतोय् उद्या
या शरीराचा मांडव...
बघायचंच आहे मला...
कुणाचं किती लक्ष आहे माझ्यावर...

❑❑

वक्त ने किया...

आई!
तू बस अशी समोर
तुला सांगायलाच हवं
आज...
मला बोलायलाच हवं
तुझ्या वयाचा कागद
तुझ्या चेहेऱ्यावरून सांगतोय् लिहायला
माझं संदर्भासहित स्पष्टीकरण...

तुझ्या चेहेऱ्यावरले अनेक प्रश्न...
'माझ्या' अशा नव्हतेपणाचा संभ्रम
माझ्या निरर्थक चिडण्यापुढचा तुझा सुन्नपणा
चौकीपहारे बंदिस्त करून मी सताड जागा असताना
पलीकडे तुझं अस्वस्थ कुशा बदलणं...
माझी वाट पाहतापाहता तुझ्यावर उतरलेली झोप...
उत्तररात्री मी वाजवलेलं दार उघडतानाची तुझी काळजी...

मी काय बोलू या सर्वांवर?

मला प्रश्नच ठाऊक नाही, आई
मी उत्तरं तरी काय देऊ?

आईऽऽ... एकदा आपण असं करू...
माझ्यासकट तू एका खोलीत बंद हो...
दिवस-रात्र...
काळवेळ...
कशाचा पत्ता नको...
फक्त तू... मी... आणि एक दिवा बस्स!

आपण खूप-खूप बोलू...
मी खूप-खूप हसेन...
पण हळूहळू
माझं हसणं-बोल्णं माझ्या चेहेऱ्यातच झिरपू लागेल...
सारं विरत विरत
मी होईन अगदी नि:शस्त्र...
उदास... अबोल... थकलेला...
मग तू दार उघड खोलीचं
बाहेर नक्की संध्याकाळ झालेली असेल बघ...

आई!
कामू नावाचा एक लेखक होता...
एकदा त्याच्या नायकाची आईच मरते...
तेव्हा तो रडत नाही...
प्रेताजवळ उभा राहून कॉफी पितो... सिगारेट ओढतो...
मग दुसऱ्या दिवशी सिनेमा पाहतो... सहलीला जातो...
आणि लोक त्याला वेडा ठरवतात...
तो रडला असता तर 'शहाणा'?
काय अर्थ?
तू मला जन्म देऊन मोकळी झालीस
तरी मी चिकटून राहिलोय् तुला अजूनही!
काय अर्थ?
तू म्हणतेस आता लग्न कर...
काय अर्थ?
माझं माझ्या प्रेयसीला भेटणंही तसं निरर्थकच...
मी मोठा झालोय्...
वयात आलोय्...
मला आठवतसुद्धा नाही
मागे कधी तुझा हात
माझ्या चेहेऱ्यावरून फिरला होता ते...

माझ्या केसांतून वाट काढत गेलेली तुझी बोटं...
मला हल्ली खूप खूप आठवण येते त्यांची...
आणि मग तुला शोधत...
या शहराच्या चक्रव्यूहातून मी 'तिच्या'पर्यंत पोहोचतो...
जेव्हा मी तिला पाहतो
मला आठवत राहतं तुझं मला झिडकारणं...

खूप वर्षांपूर्वी...
एक रात्री...
तुझ्या पुढ्यात मला आलेली जाग...
तुझ्या स्तनांना पाहून जाणवलेलं काही...
झोपेचं सोंग घेऊन
मी तुझ्या स्तनांशी नेलेला हात...
तुझं मला झिडकारणं
मी पुन्हा नेलेला हात...
आणि तू मला मारलेली चापटी...
मी मोठा झालोय् याची 'पहिली' जाणीव...

मला आठवतं हे सारं...
आणि मी बेभान वासरू होऊन
बिलगतो माझ्या प्रेयसीच्या स्तनांना...
ती मिटून घेते डोळे...
फिरवू लागते केसांतून हात...
तिच्या स्तनांतून येत नसतं दूध...
पण एक प्रवाह वाहत असतो तिच्या स्पर्शातून...
मला हवाहवासा वाटतो तो... त्यातली आसक्ती...
मी फसवला जात असतो तेव्हा
माझ्या वयाकडून...
माझ्या रक्ताकडून...
माझ्याकडून...

आणि तिच्यातल्या 'तुझ्याकडून'...
त्या भावनांचा संदर्भ टाळण्यासाठी
त्या श्वासांचं स्पष्टीकरण कळण्याआधीच
मी भरून घेतो माझ्यात तिची ऊब...
आणि त्या वेळेस
आपल्या मुलाचं सगळं चांगलं व्हावं म्हणून
तू केलेले शनिवार
          सोमवार
तुझी सारी व्रत वैकल्यं
असहाय्य उभी असतात माझ्या भोवताली...
ही भरकट... ही हुरहूर...
या जाणिवा... हा ध्यास!
काय अर्थ?

आजच्या या अविभाज्य वेळी
तुझ्या डोळ्यांखाली गडद होत चाल्लेल्या
काळ्या वर्तुळांना मला स्पर्श करू दे...
पांढऱ्या पडत चाल्लेल्या
तुझ्या केसांतून मला हात फिरवू दे...
भांडी घासून राठ झालेल्या
तुझ्या तळहातांवर मला ओठ ठेवू दे...
तुझं डोकं माझ्या मांडीवर घेऊन
मला खूप-खूप रडू दे...

नाही! अशी उठून जाऊ नकोस...
मी कन्फ्यूज होत चाल्लोय्...
अरे कुणी तरी सांगा रे!
ही जी पाठमोरी चाल्ली आहे
ती माझी आई आहे
की माझी प्रेयसी आहे...

❑❑

ए सांग ना तू कसा जगलास मरेपर्यंत...?

ए सांग ना
तू कसा जगलास मरेपर्यंत...?

ही प्रचंड गर्दी बघ
तुझ्यासाठी वेळ काढून आलेली...
येताना कुणीही हारतुरे विसरला नाही...
गुलाल-बुक्का...
गुलाबपाणी...
मृदंग-टाळ दुमदुमताहेत...
हा तुझा सत्कार
तू मरेपर्यंत जगलास याचा का रे?

नावाडी साधी नाव उपडी टाकून निघून गेल्यावर
पलीकडे कसं जावं...
याची चिंता करणारा मी...
तू कसा पोहू शकलास हे धरण?
दिवस, आठवडे, महिने, वर्षं..
सकाळ-दुपार, संध्याकाळ, रात्र...
काम... घर... मुलंबाळं... झोप...
आणि रोज रात्री...
तुला कंटाळा नाही आला?
स्वत:चा!

ती बघ तुझी म्हातारी
मुलगा, मुलगी, सून, जावई,
नातवंडं, नातवंडं आणि नातवंडं...
सगळ्यात नुस्ती रिमझिम-रिमझिम
खरं तर हत्तीचा पाऊस पडायला हवा नाही?
आता तुझ्यानंतर...
तू झोपत असलेली तुझ्यापुरती जमीन...
तुला काय वाटतं... सोडतील ते मोकळी?

आताशा मी पंचविशीचा...
त्यात रेल्वेला भलतीच गर्दी...
रस्ता क्रॉस करताना
शाळा-कॉलेजातले रिझल्ट्स आठवतात...
आणि गर्दीतून चालताना लपाछपी बालपणीची...
तुला नाही आठवली भातुकली बोहोल्यावर?
घरात कुणी नसताना
कधी रांगून पाहिलंय्स घरभर?
काय चाल्लंय् सगळं?
आणि कशासाठी?
असं वाटून आत्महत्या नाही कराविशी वाटली तुला कधी?

असो!
सांग...
सांग कसा जगलास मरेपर्यंत...?

❑❑

या क्षणी...

या क्षणी कुणीही
आपली आठवण काढत नसावं...
आणि...
आपलंही मन् अगदी रिकामं आहे.
तरी,
या मुसळधार पावसात
'आठवण' हा शब्द
चिंब भिजत उभाय् कधीचा.
ज्याकडे,
ठणठणीत कोरडे राहून पाहतो आहे मी...
वळचणीला उभा राहिल्यागत...
पण
माझ्या पापण्यांच्या केसांमध्ये अडकलेले थेंब...
निथळून पडण्यासाठी थांबलेत कधीचे.
बाहेर मुसळधार पाऊस
आणि आत...
ढग दाटून आलेले नुक्तेच...
आता हळूहळू
कुणीकुणी आठवत जाईल मला...

❑❑

समोर

सगळ्यांच्या चेहऱ्यावर
रंगीबेरंगी झुंबरं... चमचमणारे तारे...
जणू...
सारी आकाशगंगाच प्रकाशाने निथळणारी...
समोरच्याचे दिवे दिपून जातात...
कितीतरी विजा क्षणोक्षणी लखलखतात...
ऋतू येतात-जातात
झुंबरातले दिवे विझतात-पेटतात...
सगळा झगमगाट जसाच्या तसा.
प्रत्येकाकडे...
एक अंधारी खोली असल्याचं
कुणाला वाटेल खरं?
प्रत्येकजण...
आपापल्याच एका रहस्याशी अनभिज्ञ...
इतका...
की अंधाऱ्या खोलीतल्या
काळोखालाही नाही ते ठाऊक...

❑❑

लढाई

जिंकण्यासाठी लढण्याचे दिवस
हरल्यानंतरही का आठवतात सारखे?
समोर काहीच काहीच
आणि कुणीच नसतानाही...
मारायचं किंवा मरायचं असला निर्धार...
तोच जोम...
तोच आवेश...
हवेत नुस्ती चालवत राहायची तलवार...
लढत राहायचं...
हरत राहायचं...
आपण अजून जिवंत आहोत
ते स्वत:लाच
पटवत राहायचं...

❑❑

आजचा दिवस...

दिवस...
धुक्यातला...
दुधाळ आभाळ
डोळ्यांत
भिजत पडलेलं...
आज...
ऊर भरून आलाय्
सकाळपास्नं.
खूप मोठ्ठ्यानं हसायचं नाही...
डोळ्यांत पाणी येईल कधीही.
चाल्ताना...
हात ठेवायचे रिकामे.
आज...
खिशात नको काहीच.
ओझं नको कशाचंच आज...
आज...
खूप हल्कं...
खूप रिकामं वाटायचं
आपणच आपल्याला.
आजचा दिवस
दवाचा...
पाण्याचा...
उन्हाचा...
तहानेचा...
पण तरी,
आजचा दिवस...
कुणाचा...?

❑❑

अक्षरमौन

अक्षराआधी काय असेल?
मौन?
त्या मौनात दडलं असेलही अक्षर...
तू आणि मी
बोल्तो ते शब्द हळूहळू निरर्थक होत चाल्लेत
हे लक्षात येतंय् का तुझ्या?
तुला जाणवतात...?
एकमेकांकडे एकटक बघत असताना
आपल्या मौनात दडलेली अक्षरं. शब्द. वाक्य...
तुझ्यामाझ्यात
हे कुठलं तळं आहे शांत... प्रशांत... निवान्त...
आणि आपण दोघे
दोन पांढऱ्याशुभ्र बगळ्यांसारखे काठावर
ध्यानस्थ...

बोली लगाओ

'मी स्वखुशीने आत्महत्या करतो आहे
माझ्या मृत्युला कुणीही जबाबदार नाही'

क्या बात है... क्या ब्बात है!

काल संध्याकाळीच ती म्हणाली
'आय ॲम् प्रेग्नन्ट...'
मी म्हटलं... 'नाही...
या अंधारात आपलं बाळ येताच कामा नये...'
तिच्या संपूर्ण पोटावरून मी ओठ फिरवले
तिची जननेंद्रिये चुंबत मी बाळापर्यंत पोहोचलो
बाळ म्हणालं... 'वेलकम होम डॅडी!'

ओहोहो! ओहोहो!

मित्राला पश्चात्ताप झाला
त्याने जाळून टाकलेल्या कवितांचा धूर
मला आसरा मागतो आहे कधीचा

चूंचूंचूं... क्या बात!... क्या बात!

पुन्हा कधीच परत न येण्यासाठी
जरी ती आज गेली असली तरी
उद्या ठरल्या जागी
ठरल्या वेळी ती येईल
आणि नेहमीसारखी ओरडेल मला
'यू आर लेट यू फुल!'

वा! वा! वा! वा!

कालच माझी आई वारली...
किंवा परवा असेल
आय ॲम् नॉट शुअर

व्वा! पुन्हाऽऽ पुन्हाऽऽ पुन्हाऽऽ

कवी कविता लिहितात
कागद भरून टाकतात
आटलेल्या रक्तात भिजवून सुकवलेल्या शब्दांनी
आणि जाहीर मांडतात बाजार
समाजाचा, व्यवस्थेचा
विकृतींचा, दु:खाचा, स्वत:चा
ज्याचं दु:ख जास्त उंच
त्याला दाद जास्त

दु:खाला दाद देणाऱ्या मायबापांनो
हे पाहा आम्ही उभे आहोत घेऊन
भरजरी... रत्नजडित काळजांना
'बोली लगाओ... लगाओ बोली!'

❑❑

तवंग...

माशाच्या जन्माला येऊन
पाण्यात जळून मरणं वाट्याला यावं
हे आमचं नशीब? की समुद्राचं?
कित्येकांचं घर
पाण्यात वाहून गेल्याचं ऐकलंय्
पण आमचं घरच पाण्याचं
आता,
पाण्यापेक्षा तेल हल्कं असतं
हा आमचा दोष असूच शकत नाही...
वाऱ्यासरशी पसरत चाल्लाय्
घरावर आमच्या तेलाचा तवंग...
आणि आता फक्त
पाण्याची आणि पेटत्या काडीची
भेट घडणं तेवढं उरलंय्...
लोकहो!
मरण्यापूर्वी म्हणूनच
शेवटची इच्छा पूर्ण करा आमची
आपापल्या बोटी घेऊन समुद्रात उतरा
जगातली सगळी जाळी टाका पाण्यात
आम्ही स्वत:हून अडकू त्यात
जाळ्यात अडकून मरण्याची परंपरा आमची
पाण्यात जळून मरण्याचा
आम्हांला अनुभव नाही हो!

❑❑

पिकनिक स्पॉट...

एक्स्क्यूज मी लेडीज अँड जेन्टलमन्...
ही जी क्षितिजापर्यंत
धगधगती आग दिसते आहे...
पूर्वी पाणी असे तिथे
ज्याला लोक म्हणत ‘समुद्र’
एकदा कुणीतरी
‘तेलावरून...’
समुद्राला आग लावली
तेव्हापासून जगातल्या सर्व ज्वाला
खारट लागतात!
ज्यांना-ज्यांना चव घ्यायची आहे
त्यांनी कृपया
या बाजूला या ऽऽऽ!

❑❑

खलील!

खलील!
आज मला तुझी फार आठवण येते आहे...
लहानपणी तू एकदा वर्गात उत्तर दिलं होतंस
'जगात सगळ्यात दु:खी असतो मासा
कारण त्याचे अश्रू दिसत नाहीत कधीच कुणाला'
आज...
साऱ्या समुद्रालाच अश्रूंचा वास येतो आहे...
लाखो हुंदके ऐकू येताहेत गाजेतून...
समुद्र किनारी सिगारेट ओढणं
मला कितीही आवडत असलं तरी
मी आज माझी सिगारेट पेटवणार नाही...
माझी ठिणगी समुद्रापासून दूर ठेवणं
एवढंच करू शकतो मी खलील!

(सद्दाम हुसेनने सगळं तेल समुद्रात फेकून देण्याची अमेरिकेला धमकी दिली तेव्हा)

❑❑

अनोळखी शहरात...

अनोळखी शहरातल्या अनोळखी रस्त्यांना
ओळखीचं करून घेताना
ओळखीची माणसं अनोळखी वाटण्याचा ऋतू
तुझ्या जीवनात येऊन गेलाय् एकदा
हे लक्षात असू दे...
एखादं झाड असेल घराबाहेर
तर भर दुपारी खिडकीतून
त्याची सळसळ ऐकू नकोस...

तुझ्या एकान्तात
सहभागी करून घे भिंतींना
पण सावध हो लगेच
त्यांना चरे जाऊ लागताच...
ज्या प्रहरी मी जिथे असायचो
त्या प्रहरी मी तिथेच असेन
याची खात्री असू दे...
वाऱ्यालाही कळू देऊ नकोस
माझ्या आठवणींचे प्रहर
कुणी वाट पाहतंय् म्हणून
दाटले असते ढग
आणि पडला असता पाऊस
तर आपल्या महापुराला
लागला असता का असा वणवा?
तेव्हा आता कधीच
पावसाची वाट नको पाहूस
ऋतू येतील आणि जातील
पण अंगण मात्र स्वच्छ ठेव नेहेमी
रोज संध्याकाळी काळजी घे उंबऱ्याची
त्याचे लाड कर स्वत:च्या अपंग मुलासारखे...
रात्री अपरात्री गुडुप्प अंधार तरी कर
किंवा उसने सूर्य तरी लाव खोलीत
पण पती पाठमोरा असला तरी...
माझा मंद प्रकाश पांघरू नकोस कधीच...

❑❑

हमरस्ता

माझ्या चिंचोळ्या गल्लीच्या तोंडाशी उभा राहून
मी पाहत राहतो रस्ता...
जो माझ्या नजरेतही मावला नाही कधीच...
इथून कुणी गेले असतील
हे खरं वाटण्याआधीच
मी शोधू लागतो
चालत गेलेल्यांच्या पावलांचा
आणि रस्त्याचा चेहेरा...
त्यांच्यात कोण थकलंय् जास्त
हे मला कधीच कळणार नाही
हे ठाऊक आहे मला
रोज कुणीतरी
निर्जन दुपारी
भयाण उत्तररात्री
माझ्या बिछान्यात टाकून जातं
आत्महत्यांचं एकेक प्रेत...
आता लवकरात लवकर
घराच्या छपरावर साचलेली धूळ
झाडून टाकायला हवी आपणच
एके दिवशी
खूप-खूप चालून संध्याकाळी
आई-वडिलांच्या डोळ्यांत
म्हातारपण पाहायला हवं आपलं आपणच
असं
अलीकडे
फार वाटतं...

❑❑

आत्महत्या एका कवितेची...

'कविसंमेलन संपल्यावर उत्तररात्री
तिनं आत्महत्या केली'
ही बातमी
हीच तिची माझी पहिली ओळख...

बरीच वर्षं
रुळांजवळ उभी राहून
कसलीतरी वाट पाहत असल्यासारख्या शब्दांतून,
तिच्या न वाचल्या गेलेल्या ओव्यांतून,
कुणास ठाऊक हात धरून स्वत:चाच
तिनं परत फिरायला सांगितलं असेल स्वत:लाच...

कित्येक जण तसेच
स्वत:च्या नकळत
येऊन उभे राहिलेही असतील रुळांवर
बरंच काही वाटून घेण्याच्या वयात
कशाचंच काही वाटत नाही असे
नैराश्याचे महामेरू
बहुत जनांसी निराधारू
डकवत राहिलेही असतील एकेक सुरकुती
स्वत:च्याच शब्दांवर, ओळींवर...
माणसांत राहून एकटं राहण्यापेक्षा
एकट्यात राहून एकटं राहण्याचे गूढ हेतू मनात घेऊन...
दुपारपणाच्या मोसमात
मनाने जाणलेलं
जगून झालेलं सारंच क्षणात विसरून जाऊन
न जमलेली कविता फाडून टाकावी
व शब्द खोडावा जास्तीतला
इतक्या सहजपणे

सारं जगणंच रद्द केलंही असेल कित्येकांनी...
मनातल्या मनात–
तिची बातमी ऐकून
मला सगळ्या कवींचीच आठवण आली...
मन भरून...
खरंच काय झालं असेल तिचं?

पहाटे पहाटे खंबीरपणे रुळाच्या दिशेने गेलेला रस्ता...
रुळाच्या बाजूला स्कूटर लावतानाची ती जागा...
न परतण्यासाठी टँकमधे उरलेलं ते पेट्रोल...
ट्रेनची वाट पाहण्यातल्या येरझाऱ्या...
दुरून ऐकू आलेली शिट्टी...
शेवटची उरलेली
शिट्टीच्या आवाजापुढली काही मिनिटं...
डोक्यात... मनात... शरीरात माजलेला गोंधळ...
जवळ येत चाललेला ट्रेनचा हेडलाइट...
खंबीरपणे पावलं उचलण्यातली चलबिचल...
ही पहाटे सळसळणारी गार शेतं...
ही झाडं... ही माती... ते रस्ते... ती घरं...
ती स्कूटर... ती झोळी... ती झोळीतली वही कवितांची...
काल रात्री न वाचलेल्या वहीतल्या कविता...
वळायला सांगणारं मन
पुन्हा एकदा स्वत:कडून होऊ पाहणारा स्वत:चाच पराभव...
'खंबीर राहायला हवं
निदान इथे तरी जिंकायला हवं...'
खंबीरपणे आकडे मोज... एऽऽक
दोऽऽन... तीन.
धडाक्...धडाक्...धडाक्...धडाक्...

(कवयित्री संजीवनी खोजेच्या आत्महत्येनंतर)

❑❑

काही तुकडे आयुष्य!

खोलीत पसरलेला अंधार
आणि बाहेर पसरलेला अथांग समुद्र
मला दोन्हीही तितकेच आवडते...
कशातही सूर मारा
आणि बुडत जा अनेक प्रकाशवर्षं
तळ म्हणजे काय कुणास ठाऊक!
खरंच!
लाईफ इज अ पीस यार!

हळूहळू मनाची तयारी करायला हवी
एकदम गर्दीत येऊन पडलो
की बावरून जायला नको...
कुणालातरी घर सापडतं
तेव्हा कुणाचंतरी घर सुटलेलं असतं
धीस इज वॉट लाईफ इज्!

आपण मेलो म्हणजे संपलं...
पुन्हा कधी... कुठे भेटू...
कुणीही सांगू शकणार नाही
सो डिअर!
वुई आर मिटींग फॉर दि
लास्ट टाईम इन धिस वर्ल्ड!
धिस वर्ल्ड इज युवर लाईफ
लिव्ह इट!

❑❑

तुझ्या निबिड रानामधे...

तुझ्या निबिड रानामधे
सळसळणाऱ्या वाऱ्यासोबत
हिवाळा, उन्हाळा, पावसाळ्याचा
नित्य नवा ऋतू असतो
असे कसे घडते प्रिये
एकाच दिवशी पुन्हा पुन्हा...
        एकाच दिवशी पुन्हा पुन्हा
        तुझ्या गोऱ्या बासरीवरती
        माझे फुंकर ओठ जुने
        छिद्रं जुनी फुंकतात तेव्हा
        नवे नवेच सूर उमटतात
        कुठून कुठून पाखरं येतात...
कुठून कुठून पाखरं येतात
वेळ काळ पाहत नाहीत
पानं पानं झाडांवरली
हिरवी कंच होतात मग
प्रत्येक वेळी नवे बहर
कुठून येतात कोण जाणे...

तुझ्या निबिड रानामधे
एकाच दिवशी पुन्हा पुन्हा
कुठून कुठून पाखरं येतात
कुठून येतात कोण जाणे.

❑❑

धाप...

गळ्याच्या भिंती भिंतीना
टेकून चाल्लेला
धुराचा स्पर्श...
            भिंतीमधून वसलेल्या
            गल्ल्यांच्या टोकाशी
            काळं पडत चाल्लेलं
            हृदयाचं गाव...
गावात बिनदिक्कत वाहणारा
लाल रक्ताचा झरा...
            झऱ्याच्या उगमाशी
            साचलेले धुराचे कण...
कणांमध्ये अडकलेला
जगण्यचा वारा...
            जगताना लागलेली धाप...

सिगारेटच्या एकेका झुरक्यात
सामावलेलं हे जग
फैलावत चाल्लं आहे...
रोज...
झुरक्याझुरक्यांनी...
माझ्यातून
तरीसुद्धा...

❑❑

एक्स्क्यूज मी! लाइट प्लीज...!

मलाही माहीत आहे
इतरांना हृदय असतं छातीत
पण माझ्याबाबतीत
शरीरशास्त्र वेडं झालं होतं...
मीच एक हृदय आहे
जे माझ्या भोवती सतत धडधडत असतं...
समोरून कुणी हृदय जाळत येताना पाहिलं
की त्याला थांबवून मीही मला पेटवून घेतो...
या शहरात कुणी कितीही घाईत असला तरी
आगीला नाही म्हणत नाही
ठिणगी दिल्याबद्दल आपण थँक यू म्हणायचं...
आणि पेटल्याबद्दल
समोरचा यू आर वेल्कम म्हणून निघून जातो...
असा एकही रस्ता नाही ज्यावर
हृदय पेटला एकतरी माणूस नाही...

रस्त्यारस्त्यांवर फिरणारी ही पेटलेली हृदयं...
साऱ्या शहरभर पेरीत सुटली आहे ठिणग्या...

एक दिवस...
या शहराचं हृदयही
रस्त्यावरून चाल्लेल्या कुठल्यातरी सूर्याकडून
पेटवून घेईल स्वत:ला
मग ठिणगीची गरज कुणालाच उरणार नाही...
ही एवढी बर्फाळ रात्र उलटली
की तो दिवस उजाडेलच...
पण तोपर्यंत...
एक्स्क्यूज मी...! लाइट प्लीज...!

❑❑

गेले कितीतरी दिवस...

गेले कितीतरी दिवस
तळहात जमिनीवर घासतोय् मी...
ही लांबतच चाल्लेली ठळक रेष
मला खोडून टाकायची आहे...
मी मरेपर्यंत जगण्याचा प्रवाह अडवून
धरण फोडून टाकायचंय् एकदाचं...
पुनर्जन्मावर विश्वास नाही माझा
याच जन्मी आत्महत्या करून पाहायची आहे...
पण त्या आधी...
फाशीचा निकाल लिहिलेल्या पेनने
शेवटची कविता लिहायचीये मला...
गेले कितीतरी दिवस
शेवटचा शब्द खोडून
नीब तोडून टाकतो मी...
चेहेऱ्यावर बुरखा ओढून
वाट बघत बसतो मी...
कुणीतरी पायाखालची जमीन
ओढून घेण्याची...
गडावरून एकदाच्या तोफा वाजल्या
की मी स्वत:च ही खिंड सोडणार आहे...
आणि त्या...
कधीही वाजतील
अगदी पुढल्या क्षणीसुद्धा...
म्हणूनच माझ्यासाठी झाडं तोडतोय् मी...
खड्डा खणतोय मी...
गिधाडं शोधतोय् मी...
गेले कितीतरी दिवस
स्मशान बांधतोय मी...

❑❑

स्फोट

तळपायापासून
सगळ्या शरीरात
संबंधांची तार
पेरून घेतली होती
डोक्याच्या आत
टाइमबॉम्ब पुरला होता
ऋतूंच्या पलीकडे
उभा राहिलो होतो
दूरवर थांबलेल्या
गर्दीचे सिग्नल्स
ह्या ओसाड प्रदेशातही
मिळत होते
गर्दीतल्या साऱ्यांची नजर
खटक्यावर...
हळूहळू...
संबंधांचे सिग्नल्स्
हळूहळू...
शरीरभर गोंधळ
हळूहळू
टाईमबॉम्बचा काटा
सरकू लागला
दहा, नऊ
आठ, सात
सहा, पाच
चार, तीन
दोन, एक...
डोक्याच्या
ठिकऱ्या उडाल्या...

❑❑

इन्टरनॅशनल वॉटर

ते जे शिथिल झालेले दोन प्रवेश दिसताहेत ना?
आणि हे जे पाणी पसरलंय् मधे
आपल्या शरीरांची जहाजं चाल्ली आहेत जिथून
धिस पर्टिक्युलर पार्ट इज कॉल्ड
इन्टरनॅशनल वॉटर!
कुठलंही जहाज
कुठल्याही प्रहरी
या पाण्यातून जातं...
आणि या जहाजाच्या रहदारीला
कुणीही जबाबदार नसतो
आता उदाहरणार्थ...
या पाण्यापासून खूप दूर
मी माझं जहाज नांगरून ठेवलं होतं...
पण पाण्याच्या भरती ओहोटीची वेळ
ठरलेली नसते...

आणि एकदा का जहाजाखाली पाणी आलं
की निघावंच लागतं प्रवासाला...
तसंच
अवेळी आलेल्या भरतीच्या प्रवासाला
दिशा नसते...
समुद्रालाही माहीत नसतं
प्रवास कधी संपेल ते...
पाणी सुकत जातं
जहाज बसत जातं
आता
मला दोन्ही किनाऱ्यांवरचे प्रदेश दिसताहेत
माणसंही दिसताहेत आउटफोकस...
वर सूर्य
शरीरावर वारा
पाण्यात अणूरेणूंच्या प्रमाणात असंख्य जीव
मनात कितीतरी विचार
एवढं सगळं असून
न समजणारं काहीतरी
आता मला हेलकावे देतं आहे...
पाण्याच्या या तुफानी लाटांना
जबाबदार कोण?
कधी कधी
जहाजात नकळत शिरतं पाणी
शिरलेलं पाणी छिद्र विसरून
अडकून पडतं....
थिजू लागतं हळूहळू याला जबाबदार कोण?

कुठल्यातरी अनोळखी बेटाची चाहूल
तरंगू लागते 'त्या' पाण्यावर मग...
हलताना जाणवतात चक्क
बेटावरली झाडं-झुडपं...
मग शेवटी जहाज फुटतं...
आणि चंद्रावर उमटलेल्या पावलांचे ठसे
जहाज उतरून करू लागतात आवाज
त्या आरोळ्या...की किंकाळ्या
टाहो... की हाका
की रडू नव्या प्रकाशात आल्याचं...?
हे कुठलंही जहाज आजवर सांगू शकलेलं नाही.
नवा प्रदेश शोधलेल्या कोलंबसच्या आनंदात
समुद्र पुन्हा मोकळा होतो
नव्या भरतीसाठी...

या पाण्याा लागून...
जितकेही प्रदेश दिसताहेत ना
ते असेच
जहाजं गाफिल असताना
थिजून झालेत तयार...
आणि...
हे जे पाणी पसरलंय् मधे
आपल्या शरीरांची
जहाजं चालली आहेत जिथून
धिस् पर्टिक्युलर पार्ट इज कॉल्ड
इन्टरनॅशनल वॉटर!

❑❑

एक अस्फुट किंकाळी...

प्रत्येक वेळी
कडेलोट झालेला मी जुळत असतानाच
पुन्हा पुन्हा मी
साक्षी झालोय् तिलाच...

हळूहळू स्पर्श ज्वलित झालेले
वाफांचे थर दोघांवर साचलेले
सूर्य-चंद्र-तारे सारे वणव्यात उतरलेले
भयाण समुद्र दोघांचे पुन्हा उधाणलेले...
मग एक प्रचंड लाट
आणि सारं शांत... शांत...
बराच वेळ एकमेकांत पडून राहिलेले दोघे
आणि मग...
वेगळेपणाचा नि:शब्द नाइलाज...
भिजल्या किनाऱ्यावर कोरडी माती तशीच पुन्हा...

भरती–ओहोटी...
भरती–ओहोटी...
भरती–ओहोटी...

हल्ली तिला माती खावीशी वाटते...
खारट–आंबट जास्त आवडू लागलंय् तिला...
काल मध्यरात्री...
तिच्या उंचावत चाल्लेल्या पोटातून
चक्क समुद्राची गाज ऐकू येत होती...
हलताना जाणवत होता लाटांचा आवाज

'हा कुठला समुद्र घेऊन फिरते आहे ही?'
माझ्याच जाळ्यात सापडलेला मी...
तिच्या किनाऱ्यावरच रात्र जागून काढतो...
आणि सकाळी ती जागी झाली
की पाहतो तिचे डोळे...

प्रहर...
दिवस...
आठवडे...
महिने...

तिचं स्वत:ला जपणं...
रस्त्यानं चालताना मंदावलेली तिची चाल...
प्रत्येक घास चावतानाची
तिची वाढत चाल्लेली वेळ...
संध्याकाळचं तिचं दूर निघून जाणं...
रोज रात्री पोटावर हात फिरवून
ती कसली तरी घेत असलेली चाहूल...

उताण्या चेहेऱ्यावर पसरलेलं
पोटातलं कुतूहल...
आणि तिच्या चेहेऱ्यात
हळूहळू होत चाल्लेला बदल...
दिवसागणिक भीती... भीती... आणि भीती...

समुद्रात भयानक भरती आलीय्...
एक तारू अडकलंय् त्यात...
वल्ह्याचे वेदनामय टाहो ऐकू येतायृत मला...

सगळंच सालं विचित्र!
पलीकडे तिची प्राणांतिक वेदना
आणि अलीकडे
शिंपल्यातून बाहेर घरंगळणाऱ्या
मोत्याचा पहिला आवाज ऐकण्याची
माझी अनामिक वासना...

हंबरडे...
टाहो...
आरोळ्यांच्या लाटा प्राणांतिक...
आणि अचानक
लाटांवरून बाहेर फेकली गेलेली
एक अस्फुट किंकाळी...
कॅऽऽऽऽ कॅऽऽऽऽ कॅऽऽऽऽ
कॅऽऽऽऽ कॅऽऽऽऽ कॅऽऽऽऽ

खरंच!
माझ्या आयुष्यातलं
सगळ्यात मोठं दुःख कुठलं?

❑❑

कुठल्याही खोलीत...

मध्यरात्री भर पावसात
हे विमान कुठं चाल्लंय्?
कसं चाल्लंय्...
आणि कुठून चाल्लंय्...?
कारण एक आकाश तर
माझ्या खोलीत अडकून पडलंय्...
ढगांनाच आकाश समजून चाल्लेल्या या विमानाला
विजांपासून सावध राहायला हवं...
विजांशीच मैत्री असेल त्याची
तर पहाटेपर्यंत ते पोहोचेलच कुठेतरी...
पोहोचावंच लागेल त्याला...
कुणालाही, कुठेतरी...
पोहोचावंच लागतं शेवटी...
पाऊस काय
पडतच असतो नेहेमीच
कुठल्यातरी खोलीत...

❑❑

ओळखा पाहू...

मध्यरात्री दारावर टकटक
दार उघडलं
पडून-पडून जखमी झालेला पाऊस
सरळ आत आला
'ती' कुठाय् म्हणाला...
मी म्हटलं 'नाहीय्' ... 'ती नाहीय्.'
'म्हणजे?'
'म्हणजे ती आली नाही कधीच इथे'
'पण ती म्हणाली होती मला
इथेच भेटीन म्हणून... एवी वे! असं कर...
माझे हे ढग घे
वेशांतर कर
बरसून ये ती असेल तिथे... मी थकलोय्...'
मग मी बाहेर पडलो
रात्रभर बरसबरस बरसलो कुठेकुठे
सकाळी घरी परतल्यावर पाऊस म्हणाला,
''जा ना साल्या जा...
माझ्यापेक्षा तूच चांगला बरसतोस...''
आता...
माझ्या खोलीत
ढगांशिवाय राहणारा 'तो'
आणि हा असा भणंग बरसत फिरणारा मी...
ओळखा पाहू...
खरा पाऊस कोण?

❑❑

काय झालं?

पाऊस...
हळूहळू...
वाढत चाल्लाय्...
तू
मांडत असशील...
'मल्हार'...
हळुवारपणे
माझ्या लयीतला...
कुठल्यातरी मैफलीत...
आत
दारावर
ओघळलेत काही थेंब...
बाहेर
पाऊस रडतोय्...
कधीचा...
रडू दे...
होऊ दे मोकळा...
मग विचारतो
काय झालं ते!

❑❑

आत्मदहनाआधी...

मलाही आत्मदहन करायचंय्
पण त्या आधी
काही महत्त्वाची कामं उरकून घ्यायचीत...
नृत्य... नाट्य... संगीत... चित्र...
या सर्व कलांची दारू कॉकटेल करून
देशातल्या या बथ्थड जनतेला पाजून
त्यांच्यातलं जागृत करायचंय् जिवंतपण...
त्या नंतर
देशातल्या सर्व नेत्यांची बैठक बोलावून
मी आत्मदहन का करतोय्
हे समजावून सांगायचंय् त्यांना...

पण त्याआधी बोल्ताना मधेच थांबून
लपवून ठेवलेल्या मशिनगनने
बेसुमार गोळीबार करायचाय् त्यांच्यावर...
त्यातूनही जे निसटतील
त्यांना देशी-विदेशीच्या
बलदंड होमोंसमोर सोडून
छानपेकी एक
सार्वजनिक रेप घडवून आणायचाय्...
त्यातूनही जे शुद्धीवर असतील
त्यांना आंजारून-गोंजारून समोर बसवून...
सर्व काही मुकाट सहन करणाऱ्या
या महान भारतीय जनतेला
फक्त एका दिवसाचे विधी
'निवडणुका' नावाच्या
सार्वजनिक सुलभ शौचालयात
सूडभावनेने उरकायला लावून
शेवटी 'चांगभलं' म्हणत
समोरच्या नेत्यांवर ते सर्वकाही
पाल्थं करायचंय्...
आणि तरीही
घाणीत वळवळू शकतील त्यांचा
पूर्ण आदरसत्कार करून
त्यांच्यासमोर...
मला आत्मदहन करायचंय्...

❑❑

देणं

मी पडलोय् पांघरून गोधडी
माझे डोळे आहेत उघडे...
पण दिसतोय् फक्त अंधार मला.
या क्षणी
मी फक्त माझा आहे
कुणाच्या बापाचं काही देणं लागत नाही मी...
या क्षणी...
मी हवा तो विचार करू शकतो...
मी मला हवं ते स्मरू शकतो...
मी आता आठवीन काहीही...
मग झोपेच्या गुहेत शिरीन केव्हातरी...
माझ्याच नकळत मी जगेन स्वप्नील मरण...
सकाळी पांघरूण उतरेल डोळ्यांवरून
भक्क प्रकाशात डोळे जातील दिपून...
मग मी नेहेमीप्रमाणे उठेन...
पांघरुणाबाहेरच्या जगात स्वत:ला जुंपेन
देणं देत सुटेन
ज्याचं-त्याचं...

❑❑

दुसऱ्यांदा

रणांगण थांबले आहे काही तासांवर
मी वळून चालू लागलो
आणि वाळूतले शेवटचे पाऊल नि
डांबरी रस्त्यावरील पहिले पाऊल
हेही पुरेसे आहे
युद्धाला तोंड फुटायला...
अंतर काही तासांचे असले तरी
मी आलोय् कित्येक युगे मागे...
या शहरातले सारे सारे
वाहत आहे माझ्या रक्तातून...

हे रस्ते... ही माणसे
त्यातले मित्र... नातीगोती...
नीती-अनीती... घुमसट घरघर
आणि प्रत्येक क्षणी
मनात उभे असलेले अठ्ठावीस वर्षांचे घर...
कुणाकुणाशी लढावे मी?
डोळ्यांच्या आतला खोल प्रशांत डोह
हलू लागला आहे
गळ्याच्या मळ्यात गुदमरू लागल्यात
आवंढ्यांच्या बागा...
काहीतरी धडका देऊ लागले आहे
हृदयाच्या दारावर...
तानपुऱ्यांच्या तारांसारख्या
थरथरू लागल्या आहेत पायातल्या शिरा...
एखाद्यावर अशी वेळ पुन्हा यावी
हा योगायोगच...

गाजेत वाजता समुद्र पाहत
मी उभा आहे विस्तीर्ण वाळूच्या रानात
कृष्णाची वाट पाहत
अपरिहार्यपणे
दुसऱ्यांदा!

❑❑

रिकामा

सकाळी लवकर आलेली जाग
पुढे पसरलेला लांब दिवस रिकामा... रिकामा...
मग... उगाच इकडे-तिकडे घोटाळणं...
उगाच पायाखालून सरकलेली सारी वळणं...
किनाऱ्यावरचा चिखल
पाण्यातून गुडघाभर पलीकडे जाणं
मग पाय सुकवताना वाळूत पायाचं बुडणं...
माझ्या मागे माझीच येणारी पावलं...
दोन भिंतींच्यामधे पायरीवर बसणं
समोर पसरलेली पाण्यापर्यंत वाळू...
दूरवर चमचमणारा समुद्र,
तरंगणारी इवलीशी शिडाची होडी...
फक्त एवढंच...
एवढंच कितीतरी वेळ...
मग...
माझ्याकडे सरकणारी भिंतीची सावली...
पायांना जाणवणारा सूर्य...
मग...

रिकामेपणाचं ओझं घेऊन
वाळूतून दूरवर चालत जाणं...
तेव्हा ओढलेली सिग्रेट.
भुरभुरणारा वारा, खारट...
ओठांना जाणवणारा
भिंतीत दडून बसलेली जोडपी...
त्यांच्यासमोर टाळ्या पिटत हिंडणारे हिजडे...
माडामाडातून भरकटणारा
पांढऱ्या फटक आकाशातून वणवणणारा...
रोजचाच पेटका सूर्य...
वाळूत दिसणारं मृगजळ...
मग रिकाम्या चालण्यातून
रिकामंच परतणं दुपारी पुन्हा सकाळच्याच पायरीवर
पण...
तिथेही बसलेलं जोडपं भरतीचं...
ओलेती वाळू गरोदर झालेली
फेसाळत सारी भरती आलेली
पायांना शिवणाऱ्या लाटा
खाली वाळू झरत्या वाटा...
सूर्याने समुद्रावर टाकलेला ऊनदोर
उसळलेला किनारा खवळलेला जोर...
मग हिंदकळणाऱ्या होडीतून अलीकडे येणं...
मग पाण्यात पडलेलं रुपयाचं नाणं...
हात बुडवून शोधत राहणं.
हळूहळू ओलावणारी पँट
आदळून लाटेचं माझ्यावर फुटणं...

अचानक उन्मळून स्वत:ला बुडवून घेणं...
तळपत्या सूर्याखाली पाण्यावर तरंगणं...
कितीतरी वेळ कितीतरी झेल्लेल्या लाटा...
मग हतबलपणे पाहिलेला ओहोटीचा सागर
पुन्हा चिखल,
पुन्हा डबकं,
पुन्हा इवलासा समुद्र
मग चिंब भिजल्यागत गावातून घरी,
ओठ, जीभ, खारट अंग...
मग भरती आल्यागत खाल्लेलं अन्न
हिंदोळती झोप, खारट खारट,
मग संध्याकाळ... रिकामी... लांब...
सांजावल्या क्षणांचा सागर किनारा,
रिकामा झालेला मनाचा देव्हारा,
दाटून आलेला अंधार भोवती
आकाशात आलेली चांदण भरती,
मग मी आणि पलीकडचे मिणमिणते दिवे,
यांच्यात पसरलेला सुन्न काळोख...
रिकामा, अनंत...
मग रात्र... मध्यरात्र... उत्तररात्र...
कानात घुमणारी समुद्राची गाज...
पहाटकाळोख छेदून उगवणारा रिकामा...
रिकामा आज...

सकाळी लवकर आलेली जाग...
पुढे पसरलेला लांब दिवस
रिकामा... रिकामा...

❑❑

वाढदिवस

मी त्याच्यासारखा नाही
ते माझ्यासारखं नाही
फक्त पाठीला पाठ लावून जन्मलो
म्हणून आम्ही जुळे...

आई गर्भार असताना
वडिलांनी सांगितलेली गोष्ट
पोटातच ऐकली होती आम्ही अभिमन्यूसारखी...
मग मधेच ते झोपी गेलं
'कुणीतरी कुणाचातरी हात सोडून दिला...'
या वेळी...
मी मात्र सारी रात्र जागा होतो
आजही मी तसाच जागतोय्
ती गोष्ट आठवतोय्...
आज वाटतंय्
पुन्हा आईच्या गर्भात शिरावं
आयुष्याला जागतं ठेवावं
नव्याने ऐकावी गोष्ट
आज
पुन्हा एकटं वाटतंय्
आज पुन्हा आरशात मीच फक्त...
ते नाहीच आजूबाजूला
आज वाढदिवस
जो पुढे निघून जाईल त्याचा...
मनगट... हात... मग बोटही सोडून
ते पुढे चालतं झालं कधी
ते कळलंच नाही
कळू लागल्यापासून ते असंच वागतंय्
आजही
एक पाऊल पुढेच गेलंय् आयुष्य!

❑❑

परक्यासारखा

माझ्या रक्तातून वाहणारा मी कुणीतरी परक्यासारखा...

वाट फुलेल तो रस्ता धरणारा
कधी बरोबर रस्ता धरून चालणारा
भर दुपारचं गर्दीभरलं शहर पाहून उचंबळून येणारा
तर कधी
गर्दीच्या नावाने थंडगार बीयर पिऊन विस्कटून जाणारा...
मी हरवल्या हरवल्या साद घालतो एक...
माझ्यावरच आदळून प्रतिध्वनी येतो दुसराच...
एकात दोघे घेऊन फिरणारा मी
मीच माझ्यात विळख्यासारखा

माझ्या रक्तातून वाहणारा मी कुणीतरी परक्यासारखा...

❑❑

पाणी

पाणी वळलंच नाही तर...
किंवा वळलं
आणि एखादं अनोळखी गाव
वाहून गेलं
तर ही गर्दी
देणार आहे का नुकसान भरपाई
कुणालाही
कसलीच कल्पना नाही
पहिली-वहिली
एक खोली... सजवलेली...
मुकी शांतता
त्याची आणि तिची
दोन्हीकडे काही अर्थ
असेलही - नसेलही...

उद्या...
मोकळ्या हवेला तोकडा तुरुंग
सुरुंग खुल्या माळरानाला
संभ्रमीत वाट
चकवे अफाट
उद्या...
झकपक कपडे घालून
हातात तांदूळ घेऊन रंगीत
अनेक होरे
भर गर्दीत
दोन चेहरे दोन्हीकडे
अठ्ठावीस वर्षं अलीकडे
आणि पंचवीस पलीकडे
हातात कसलीही माळ
गूढ भविष्यकाळ
ताटकळत उभा बाहेर...
आहेर त्यांच्या नशिबाचा...
उद्या...
बांध घालून
पाणी वळवलं जाईल...
पण...
पाणी...
वळलंच नाही...
तर?

❑❑

गाव

दूर
इथून फारफार दूर
माझं एक गाव आहे
आज
या शहरात पाऊस उतरलाय्
आणि मला त्याची फारफार आठवण येतेय्

गाव
अर्ध्याहून अधिक
घरं मागे सोडून कुठेतरी निघून गेलाय्
रंग आहेत सारे पण हिरवेपणा विझून गेलाय्...
उरलीत जी थोडीफार माणसं
ती म्हणतायत् एकच वाक्य
गावात दुष्काळ पडलाय्...
पावसा!
तिथल्या पडक्या भिंती
जुनाट वाडे, निष्पर्ण झाडे
शिवारं, विहिरी,
दिवस, रात्र, सूर्य, चंद्र, तारे
सारेसारे तुझी वाट पाहतायत

आणि तू मात्र
ज्या शहरातल्या प्रत्येक घरातल्या प्रत्येक माणसाला
चुकीचा पत्त्यावर आल्यासारखं वाटतंय्
त्याच शहरात उतरलायूस
चुकीचा पत्ता घेऊन...

माझ्या गावचा पत्ता माझ्याकडे आहे
आणि जगातल्या साऱ्या वेधशाळांचे अंदाज
चुकवणारा पत्ता तुझ्याकडे आहे
मला जे आवडतं ते तुझ्याकडे
आणि तुला जिथे जायला हवं ते माझ्याकडे...
चल आपण पत्त्यांची अदलाबदल करू
म्हणजे मी
माझ्या ढगाळ स्वभावासारखाच
कधीही, कुठेही दाटून येईन
गावोगावी
शहरोशहरी बरसत राहीन
फिरत राहीन... नुस्ता फिरत राहीन...

पण तू मात्र सांभाळून जा
सुखरूप पोहोच
दूर
इथून फारफार दूर
जिथे
माझं एक गाव आहे...

❑❑

भूकंप

भूकंप झाला काय
न झाला काय
काय फरक पडतो?
जेव्हा
शहरातला प्रत्येक माणूस
उद्ध्वस्त नजरा घेऊन पळत सुटतो...

रेल्वेच्या डब्याडब्यांतून
बसेसमधे स्वत:ला कोंबून
दुतर्फा रस्त्यारस्त्यातून
कुणासाठीतरी
कुठेतरी
कशासाठीतरी चाललेली गर्दी पाहून वाटतं...
भूकंप झाल्या अर्मेनियातली वेडी माणसं...
शहाण्यासारखी पळत सुटलीयेत गर्दी करून...
माझ्या शहरातून...

❑❑

मरणेच्छा

आज शहरात
धो धो पावसात
कित्येक झाडे उन्मळून पडली

दुतर्फा झाडं असलेल्या रस्त्यात
पायथ्याची माती वाहून गेलीय्
मुळं कशीबशी जमिनीला चिकटलीत
असं एक जुनाट झाड दिसलं...

लख्कन् एक वीज चमकून गेली...

वाऱ्याच्या विरुद्ध बाजूने
झाडाखाली उभा राहिलो

नजरेतल्या टप्प्यातली कित्येक झाडं
उन्मळून पडलीत...

पावसाळा संपत आलाय्
तरी मी झाडाखाली उभा आहे
वाट पाहतोय् झाड पडण्याची...

मला पाहायचंच आहे काय खराय्...
माझी मरणेच्छा...
की झाडाचं सोसत उभं राहणं

❑❑

वेड

गर्दीभरल्या संध्याकाळी
रात्रीचा प्रवास करायला निघावं
तशा कवितांच्या ओळी
माझ्या शहरातून माझ्याकडे प्रवास करतात
शब्दाशब्दांनी...
मी पाहिलाय् एक कवी
खालच्या मानेनं खांद्यावर झोळी घेऊन
चर्चगेटच्या गर्दीतून शब्द पेरीत फिरताना...

डांबरी रस्त्यांच्या रानात
माध्यान्हीच्या उन्हातलं मृगजळ
घामेजला होऊन शोधताना...
संध्याकाळची व्याकूळ उदासीनता
चेहेऱ्यावर घेऊन फिरताना...
रात्रीचे निर्मनुष्य प्रहर
भुतावल्या डोळ्यांनी जागताना...
मी बडबडत असतो
माझ्याच कवितांच्या ओळी
आता
या शहरालाच वेड लागण्यापूर्वी
इथून पळ काढायला हवा...

❑❑

मृत्यूची प्रतीक्षा

या रिकाम्या भीषण खोलीत
या क्षणी तुझी आठवण उन्मळून येते आहे...
आणि तू इतक्यात येणार नाहीस
हेही माहीत आहे मला...
भरतीने उधळलेल्या पांढऱ्या केसांच्या लाटा
हार-तुरे... तुळशीची पानं... गुलाबपाणी...
तीन विटांची चूल... पिठाचे गोळे...
तडतडून शिजलेला भात...
रबरी टायर्स... टाळकरी... तुकोबाचा अभंग...

भणाणता वारा...
फ्रॉस्टच्या कवितेतली गडद, सखोल लाकडं...
आणि स्मशानाच्या कानाकोपऱ्यात
तुझे शतश: आभार मानीत बसलेले कावळे...

हा सारा संसार उराशी घेऊन
या क्षणासारखीच आयुष्यात कित्येकदा
मी तुझी वाट पाहिलीये...
तुझ्या अस्तित्वाने झपाटलाय् माझा सारा आसपास
माझा आसपास...
मागून येऊन गप्पकन् डोळे मिटशील
हव्या त्या अंधारात बोट धरून नेशील...
कुठल्याही क्षणी तू येशील असा तू...
तू जिथेही असशील
तिथून यावंच लागेल तुला...
न्यावंच लागेल बरोबर मला...

घाबरू नकोस, तू उशिरा आलास म्हणून
मी रागावणार नाही...
काही-काही बोलणार नाही

माझा गाढ झोपेतला फोटो घेऊन
मी तयारच असेन
तू येण्याचा अवकाश
आपण लगेच निघू...

❑❑

अनोळखी

सकाळ आणि दुपार
यांच्या मधल्या वेळात
वाळूवरून चालत जातं कुणी
हरवल्यासारखं आपल्यातून
खूप आत पाण्यापर्यंत...
काळजात उगाच धस्सं होतं
दोघांना दिसत राहतो समुद्र
वेगवेगळा...
दोघांत वाहात राहतो फक्त वारा
ओळखीचा...
मग अचानक वळून चालू लागतं कुणी
दिसेनासं होतं...
उरतं कुणीतरी किनाऱ्यावर
आणि उरतो वारा. संध्याकाळ...
ते कोण होतं?
का जातं?
कुठे जातं? कुणास ठाऊक...
आणि थांबून राहतं कुणीतरी
अनोळखी संबंधांच्या किनाऱ्यावर
धूसर संध्येसारखं...

❑❑

खेळ

कदाचित
ती मला आता कधीच भेटणार नाही...
ती गेल्यानंतरच्या कविता
तिला समोर बसवून ऐकवताना...
तिच्या डोळ्यांतला पक्षी
ओळखीच्या झाडावर बसायचं टाळत होता...
तिच्या पाना-फुलांचा आवाज
शब्दाशब्दांतून वाजवत होतो मी...
तिचा नापीक चेहेरा काहीच रुजवून घ्यायला तयार होईना...
पडक्या किल्ल्यावर चढून
मी उंच धरले माझे निशाण
हुतात्म्याचं स्मारक पाहावं तसं पाहिलं तिने...
मग हळूच सरकवला मी तिच्या पुढ्यात
उधाणलेला किनारा...
एकही लाट पोहोचली नाही तिच्यापर्यंत...
मी आकाशाचं खुलं गाणं गायलं.
तिने दाणे घातले पिंजऱ्यातल्या मैनेला...
मी निघाल्यावर दारापर्यंत सोडायला आली ती...
तिच्या डोळ्यांत तेव्हा
दिसलं मला एक झाड
झाडावर एका पक्ष्याचं घरटं
आणि कपडे वाळत घालण्याच्या काठीने
ते घरटं पाडण्याचा तिचा प्रयत्न...
आता त्या झाडावर
कदाचित
पक्षी कधीच घरटं बांधणार नाही...
कदाचित
मी तिला आता कधीच भेटणार नाही

❑❑

आपोआप...

संध्याकाळी...
मन आपोआप होत जातं उदास...
बोलू लागतो आपण
कवितांच्या ओळी आपोआप...
आकाशात उडणारे पक्ष्यांचे थवे
आपापल्या घरट्यांकडेच परतताहेत...
असं आपोआप वाटत जातं आपल्याला...
आपलीही पावलं वळतात घराकडे आपोआप...
तितक्याच आपोआप
आपण मित्र झालो...
भेटत गेलो आपोआप...
आपल्यातल्या आपोआपपणामुळेच
जिवंत आहोत आपण,
पण तितक्याच आपोआप

आपण मरूनही जाऊ कधीतरी...
मग आपले पुढले जन्म-मृत्यू
सगळंच आपोआप घडत राहील... नेहेमीसारखंच...
पण कदाचित तेव्हा...
आपण अनोळखी वागू एकमेकांशी...
आपोआप
(म्हणूनच तर
कितीतरी अनोळखी माणसं
ओळखीची वाटतात आपोआप)
पण माझं शरीर...
माझा चेहेरा...
कितीही बदला तरी...
मी आपोआप लक्षात येईन तुझ्या...

पण हे फार फार पुढचं
मला आता हवंय् फक्त...
एखाद्या तारवटलेल्या सकाळी,
एखाद्या रणरणत्या दुपारी,
एखाद्या भिरभिरत्या संध्याकाळी,
तुझं...
आपोआप येणं...
तुझ्या आठवणींसारखं.

मी...
ठरवून वाट बघतो तुझी रोज...
तू मात्र...
आपोआप ये...
कधीतरी.

❑❑

आता हळूहळू...

आता हळूहळू उघडं पडत जाताना...

दूरवर पसरलेलं रान पिवळं धम्मक...
आणि दिवसाच्या ओक्याबोक्या दुर्बिणीत
दूर... दूरपर्यंत...
एकही नाही माणूस...

आता जवळ... खूप जवळ जाऊन...
सुकत चाललेल्या झाडांना स्पर्श करावा,
त्यांना द्यावं आपलं उरलं सुरलं हिरवेपण...
असं करत करत
ओळखीच्या माणसांतून निघून जावं आरपार...
अनोळखी गर्दीत.
भटकत राहावं
पायांना जगण्याची तहान लागेपर्यंत...
भणंग व्हावं
उरावं आधाराशिवाय कुणाच्या...

आता हळूहळू
एकेका बंधनातून
मोकळं मोकळं होत जावं...
आता हळूहळू
एकटं एकटं पडत जावं...
आपणहून...

❑❑

एरवी...

एरवी
मी पक्ष्यासाठी पिंजरा आणला असता!
दार उघडणार नाही कधीच,
याची खात्री करून...
पिंजरा ठेवून दिला असता,
मला साधी आठवणही येऊ नये त्याची..
अशा ठिकाणी...
पण आज
मलाच रक्तबंबाळ केलेल्या एका पक्ष्याला
मी भरवत राहिलो दाणे...
रिती केली माझी ओंजळ
आणि मीच निघून आलो दूर...

लहानपणी...
एखादा खेळ होत नसला मनासारखा
की मी तो मोडून तोडून टाकायचो...
पुढे पुढे संबंधातही
मी तसाच वागायचो...
मनासारखं जुळत नसल्यास,
चिंधड्या चिंधड्या करायचो... संबंधांच्या...
पण आज...
खूप जखमी होऊनही
मी निघून आलोय दूर,
त्या पक्ष्यापासून...

एरवी
मी त्या पक्ष्यासाठी
पिंजरा आणला असता...

❑❑

तू कुठे आहेस गालिब

गालिब!
मला काहीतरी झालंय्...
समुद्र पाहून
काहीतरी व्हायचं माझ्या छातीत...
शहरातल्या गर्दीत उगाच फिरतानाही
दिशाहीन वाटायचं मला...
संध्याकाळी सैरभैर व्हायचं तळं मनाचं...
पण आता,
साधे तरंगही उठत नाहीत त्यावर.
ऋतू बदलताना उदास हलायचं माझ्यातलं झाड...
आता,
झाडावरल्या पक्ष्यांनाही कळत नाही झाडाचं हलणं...
रात्री बेरात्री ऊर उगाच भरून यायचा...
आता,
नीरव शांतता पांघरून
डोळ्यांच्या बाहुल्या टक्क जाग्या असतात,
अंधार पुसत राहतात,
इकडून तिकडे
तिकडून इकडे.
एवढंच काय गालिब!
कविता लिहून झाल्यावर
साधा कागद जरी पाहिला
की चक्क दिसायचं रे झुळझुळताना पाणी...
आता,
कोरड्या पात्रातून चालत पोहोचतो मी
समोरच्यापर्यंत.

एकमेकांची तहान पाहात कसं जगायचं असतं
हे एकदा तरी सांग गालिब!
आता मला तुझ्या वेदनांवर
माझ्या जखमांची मेणबत्ती पेटवू दे...
माझं बोट धरून
घेऊन चल मला कवितेच्या जंगलात पडणारा
पाऊस पाहायला...
तुझ्या गझलांची हरणं
माझ्या डोळ्यांतून मनापर्यंत
उधाण खेळायला सोड...
मधली कोरडी जमीन
शिंगांनी उकरून काढायला सांग त्यांना मात्र...
गालिब!
मला दु:खाइतकं मोठं व्हायचंय्...
भोवतालच्या अंधाराला वणवा नाही लागला तरी चालेल
माझ्या शब्दांचे दिवे तरंगताहेत त्यावर
एवढंच मला पाहायचंय्...
माझ्या जिवावर पडत चाल्लेल्या
आत्महत्यांच्या गाठी पार करत करत...
मला मरेपर्यंत जगायचंय्...
तुझ्यासारखंच...!
मी तुला कधीचा शोधतो आहे
तू कुठे आहेस गालिब?

नव्या शरीरातून
तू कदाचित ऐकतही असशील तुझंच गाणं...
तुझ्याच दु:खाची
तुला कदाचित ओळख नसेल राहिली...

‘खुदा ऐसे एहसास का नाम है
रहे सामने और दिखाई ना दे...’
तसा
तू मला भेटतही असशील रोज...
कदाचित,
मी बारमधे दारू पिताना
प्रत्येक वेळी माझ्यासमोर झिंगून बसलेला
तूच असशील कदाचित...
कदाचित तू स्वत:च
दारू होऊन रोज पोटात जात असशील माझ्या...

गालिब!
कुणीतरी तुझा शेर ऐकवला
आणि माझ्या तोंडून ‘व्वा’ निघालीच नाही...
मी इतका कोरडा होण्याआधी भेट...
अन् भेटल्यावर
नेहेमीप्रमाणे माझ्याकडे उधार माग...
मी तुला काहीच देऊ शकणार नाही
म्हणजे मी किती कोरडा झालोय्
याची तुला कल्पना येईल...
आता
तू माझा आधार व्हायचंस
मी तुझा नाही...
आणखी कितीतरी शतकं पुरेल
एवढा झंझावत तू ठेवून गेलायस या जगात...
त्यातली फक्त एक झुळूक पुरेल मला
हे संपूर्ण आयुष्य जगायला...

मी तुला कधीचा शोधतोय्
तू कुठे आहेस गालिब?

❑❑

प्रार्थना

मी निराश होऊन
माझ्या नकळत ही प्रार्थना म्हणताना...
मला श्रद्धेचं बळ लाभू दे...

तू कुठेतरी असशील
अशी आशा वाटत असताना
तू नसल्याच्या खाणाखुणा
ओरखड्यांसारख्या उठून राहिल्यात
माझ्या जगण्यावर...
या जाणिवेवर
न दिसणारी फुंकर घालून
सुसह्य करत राहा माझं जगणं
जोवर तुझी आठवण येते आहे तोपर्यंत...

हा लांबलचक सरळ रस्ता
कुठेच पोहोचत नाही
हे माहीत असून
मागील वळणावरल्या झाडांची सळसळ
आणि पाखरांचा किलबिलाट विसरून
फक्त चालत राहण्याचं त्राण
माझ्या पावलात येऊ दे 'अधूनमधून'...

तरंगासारख्या उठताउठता
विरून गेलेल्या कितीतरी कविता...
आणि शेवटचा हात फिरवताना
कवितेतून निखळून पडलेले कितीतरी शब्द...
माझ्या शरीरावरून
        मनावरून
गार वाऱ्याच्या झुळकीसारखे स्पर्श करून जाऊ देत...
या कडक उन्हात
कधीतरी...

जगून झालेलं सारं विसरून
एखादा निखळ क्षण
मला खळखळून फक्त हसू दे...
डोंगरभर सुख मिळाल्यावर
पायथ्याशी असलेल्या
दु:खाच्या डबक्याचा तळ मला दिसू दे...
प्रार्थना शब्दातलं सारं आर्त
माझ्या डोळ्यांत जरा उतरू दे...
क्षितिज गाठता न आल्याची खंत,
मी धूर होऊन वरवर जाताना
विस्तीर्ण होत होत,
संपूर्ण आभाळभर मला पसरू दे
निदान तेव्हातरी...
हे शरीर आणि त्याचा थकवा
मला विसरू दे...

मी निराश होऊन
माझ्या नकळत ही प्रार्थना म्हणताना
मला
श्रद्धेचं बळ लाभू दे...

❑❑

पहाटेच्या थंडगार काळोखात...

पहाटेच्या थंडगार काळोखात
आपल्या कविता
आपणच म्हणताना
मंत्रजागर चाल्लाय कुठेतरी
खालच्या, धीरगंभीर आवाजात...
असं वाटतं...
यज्ञाच्या भडकलेल्या ज्वालांत
आणि मंत्रघोषांच्या सुरांमधे
आपण बसून आहोत 'ध्यानस्थ' बगळ्यासारखे...
असं वाटतं...
पहाटेच्या थंडगार काळोखात
आपल्या कविता
आपणच म्हणताना...
पूजा मांडलीये आपण कुणाचीतरी
आणि आरती चालली आहे टाळमृदंगांशिवाय आपली.
असं वाटतं...
खूप व्याकूळ होऊन
आपण म्हणतोय् आरतीचे शब्द
पण हलवत नाहीत साधी पापणीसुद्धा
या दगडाच्या मूर्त्या असं वाटतं...
पहाटेच्या थंडगार काळोखात
आपल्या कविता आपणच म्हणताना
फक्त आपलाच आवाज ऐकू येतो आपल्याला...
आणि आपण एकटे
खूप एकटे असणार आहोत दिवसभर
याची
जणू पहिली जाणीव होते आहे
असं वाटतं...

❑❑

पुन्हा सरळ रस्ता...

एक चिमणी आज
जिवाच्या आकांतानं चिवचिवत
माझ्या सरळ रस्त्यावरून पुढे जात...
पुन्हा पुन्हा मागे येत होती...

''तिला काहीतरी सांगायचंय् मला...''
मी थांबलो...
मी तिच्याकडे
ती माझ्याकडे
कितीतरी वेळ नुसते पाहात होतो.
अचानक
ती उडाली आणि झोकून दिल्यागत
आदळली समोरच्या उंच झाडावर...
खाली पडली धपकन्...

तिचं निष्प्राण शरीर
चोच उघडी टाकून पडलेलं
तिचं सांगणं चोचीतून निघून गेलेलं

मी सरळ रस्त्यावरून आलो पुन्हा
पुन्हा...
तीच संध्याकाळ
तीच कातरवेळ...
तेच पाणी डोळ्यांत...

प्रत्येक वळणानंतरच्या सरळ रस्त्यावरलं
आपलं एकाकी चालणं...
मागल्या वळणाची आठवण काढत...

छे! आता पुढल्या वळणावर सावध वळायचं...
न थांबण्यासाठी.

वळणावरल्या झाडाझुडपांना
सैरभर वाऱ्याला
पाखरा-चिमण्यांना
मनात करू द्यायचं नाही घरटं...

पण...
आपल्या हातात राहत नाही कधीच काही...
मग...
सरळ रस्त्यावर
पुन्हा...
आपल्या डोळ्यांत पाणीच पाणी...
पुन्हा तीच संध्याकाळ...
तीच कातरवेळ...
तेच एकाकी वाटणं...

देवा परमेश्वर!
नकोत चिमण्या
नकोत झाडंझुडपं
नको सैरभैर वारा
नकोत वळणं... नकोत रस्ते...
फक्त
निखळ चालणं जोड माझ्या पावलांना.

❑❑

देवा!

तू कुठेतरी असशील?
आहेस ना?
आता हा लांबलचक रस्ता
अपरिहार्य म्हणून नकोय् मला एकाकी...
आता मला गजबज हवी त्यावर
तुझ्या असण्याची...
तुझ्या नसण्याचीदेखील...

तू येऊन परत जा हवं तर
पण तू आहेस कुठेतरी
याची खात्री पटू दे एकदा...

तू आहेस की नाहीस
हेही ठाऊक नसताना
तू असल्यागत जगतोय् मी
मला आठवतंय् तुझ्यामाझ्यातलं सारं
जे कधी घडलंच नव्हतं...

तुझ्या असण्या-नसण्याच्या खेळात
माझं असणं आता
तुझं असणं होत चाल्लंय्...
पण मी एक माणूस आहे
मला माणूसच राहू दे...
आणि तूही माणूस होऊन ये आता माझ्यासमोर...

मी खूप एकटा आहे...
असशील तिथून ये...

खरंच!
तू कुठेतरी असशील... आहेस ना?

❑❑

येणारे दिवस किती कठीण असतील...

मागे वळून पाहिल्यावर
निदान रितं आयुष्य तरी दिसतं
पण येणाऱ्या दिवसांचा विचार केला
की आपण आंधळे आहोत असंच वाटतं...
पाय चालताहेत रस्ता
म्हणून रस्त्याची दिशाही आपलीच...
एकेक पाऊल
आणि तेवढाच रस्ता...
पुढल्या पावलासाठीची जागाही दिसत नाही आता...
आता...
श्वासापुरती हवा आपली मानावी...
उघडलेच डोळे सकाळी
तर लागली होती झोप असं समजावं...
एखादी सावली पडलीच आपल्यावर
तर त्या झाडाला
बघून घ्यावं शेवटचं...
परतायचा वायदा घेऊ नये
आपल्यावरून जाणाऱ्या पाखराकडून...
असं सगळं ठरवताना
डोळे भरून आलेत माझे...

माझ्या डोळ्यांतलं हे पाणी
काल... परवा... काही वर्षांपूर्वी...
माझ्या आयुष्यात घडलेल्या
दुर्घटनांचं नाहीय्...
तर येत्या दिवसांसोबत
येऊ घातलेल्या
दुःखासाठीचं आहे...

खरंच!
येणारे दिवस...
किती कठीण असतील...

❑❑

मी माझा हात कधीच सोडलाय्...

हळूहळू अंधारत जाताना
माझ्या डोळ्यांत लागून राहिलेला पाऊस पाहून
कुणीही सांगेल
याने याचा दिवस उगाच हरवलाय्...
पाण्याला टेकलेल्या आभाळापुढे
अंधूक शिडाची होडी
तळपायांना जाणवणारं पाणी
आणि भुरभुरणाऱ्या वाऱ्यावरून
माझ्या केसांमधे
कुणीतरी हात फिरवत असल्याचा भास...

मी किनाऱ्यावर एकटा फिरताना पाहून
कुणीही सांगेल...
हा याचा समुद्र कुठेतरी विसरलाय्...

एकेका पानामागे एकेक चिमणी
आख्खं झाडच जणू किलबिलतंय्
मला माझं बालपण सारं आठवतंय्
काळोखातून पसरत चाल्लंय्
तांबडं सारं आरपार...
तारवटलेल्या डोळ्यांत वारा
सुरम्यासारखा थंडगार...

मी, माझे दिवस हरवत चाल्लोय्
मी, माझे समुद्र विसरत चाल्लोय्
मी, डोळ्यांत जाग्रण उतरवत चाल्लोय
मी, माझा हात सोडत चाल्लोय्.
चालतं-बोलतं स्वप्न मी...
मला पाहून कुणीही म्हणेल...
हा डोळ्यांत जाग्रण घेऊन उतरलाय्...
मी माझे दिवस हरवत चाललोय्...
डोळ्यांत जागर घेऊन... उतरत चाललोय्...
मी माझा हात सोडत चाललोय्...

❑❑

विवस्त्र

आणि कर्तव्य म्हणून शब्दांना पोसणंच
आपल्या नशिबी उरतं...
आत काहीच हलत नाही
दुपारच्या मनातलं ऊन भकास वाटत नाही
उदास होत नाही संध्याकाळी मनाचा देव्हारा
पहाटेच्या धुक्यातही वावरत राहाते सर्दीची भीती
स्थितप्रज्ञ असल्यासारखं वाटतं पहिल्या पावसातही
डोक्यावरल्या केसांना जपण्यासारखा
शब्दांचा खेळ कधी गळून पडतो कळत नाही
अचानक...
सांगण्याचं पाणी आटून
नदी कोरडी, निरर्थक कधी होते कळत नाही
शब्दातली अक्षरं
अक्षरातले स्वर
स्वरातला आवाज
आवाजातला कंटाळा
कंटाळवाणं सारंच...
तरीसुद्धा जगत राहतो
अधून मधून कवितांच्या वहीमधून फेरफटका मारत
आणि 'त्या' भरगच्च कविता भेटतात
ते दिवस आठवतात जेव्हा
एक आकडा उघडल्यावर
सगळा साज दागिन्यांचा
ढीग व्हायचा पायाशी
आणि शब्दांचं लावण्य
विवस्त्र उभं असायचं समोर...

❑❑

आजी

एक होता राजा... तुझ्यासारखाच!
एक होती राणी... माझ्यासारखीच!
राणी राजाला रोज सांगायची गोष्ट
त्या गोष्टीत असायची एक आजी... गोष्ट सांगणारी...

माझ्या आजीची ही गोष्ट संपलीच नव्हती...
मी मोठा झालो तरी

परवाच आजीला मी विचारलं...
'पुढे काय झालं?'
आजीने माझा हात हातात घेऊन
तिच्या चेहेऱ्यावरली एकेक सुरकुती
माझ्या हातांवर ठेवायला सुरुवात केली...

''राजपुत्र निघून गेला महाल सोडून
काहीतरी शोधायला...
मग राजपुत्राची वाट पाहात
तशीच बसून राहिली गोष्ट सांगणारी आजी...
मग आला पावसाळा...
राजपुत्राशिवायचा पहिला पावसाळा...
आणि अर्धवट गोष्ट सोबतीला...
आजीचं मन लागेना
तिला कुणी काही कामही सांगेना...
त्या महालात 'गोष्ट सांगणं'
एवढंच होतं तिचं काम...
आजी राजाकडे गेली,
'मला मुक्त कर गोष्टीतून' असं म्हणाली...
राजा म्हणाला 'असं कसं?'
कुणी निघून जाण्याआधीच
पूर्ण करायची असते गोष्ट...

ढग आले दाटून वारा गेला गोठून
आता कधीही पाऊस पडेल आजीला कधीही रडू फुटेल...
न राहवून शेवटी आजीने
राजपुत्राच्या खोलीत भिंतीवरच गोष्ट लिहायला घेतली...
सुरुवातीपासून...''

माझ्या हातांच्या ओंजळीत आजीनं तिचा
चेहरा टाकला लपवून...

'पुढे?' मी विचारलं...

''भिंत गोष्टीने भरून गेलेली
आजी तशीच थांबून राहिलेली गोष्टीपुढे...
तितक्यात आला राजा...
त्याने विचारलं... 'पुढे?'

आजी लागली रडू... म्हणाली...
'ही अर्धीच नाही गोष्ट
काहीतरी आहे पुढे...
'थांब' म्हणून आजी, अक्षर अक्षर झाली
गोष्ट असल्या भिंतीमधे विरून विरून गेली...
परत कधीच नाही आली...''

'मग?' मी विचारलं आजीला...
''जा आता खेळायला...!''
'गोष्ट संपली?' ही विचारलं...
आजी काहीच नाही बोलली...
'त्या' आजीसारखी हळूच झोपेमधे शिरली...
शिरता शिरता विरत विरत दूर निघून गेली...
जिथून कधीच माझ्या घरी परत नाही आली...

❑❑

डोंगरपायथ्याशी...

मुसळधार पावसात भिजत उभा असलेला डोंगर पाहावा...
पायथ्याशी उभं राहून...
म्हणजे...
डोंगरावरले सगळे लहानमोठे धबधबे
आपल्याच दिशेने येताहेत असं वाटतं...

डोंगरमाथ्यावर अडलेला
एखादा पांढरा शुभ्र ढग पाहावा...
म्हणजे...
तो थोडासा खाली वाकून
न्हाऊ घालील आपल्याला
दुधात भिजल्या कापसानं असं वाटतं...

मुसळधार पाऊस पडताना...
डोंगराच्या पायथ्याशी वाट पहात राहावी...
ढगात विजेची वाकडीतिकडी रेघ उमटून जाण्याची...
म्हणजे
डोक्यात लख्खकन् चमकून गेलेल्या
कितीतरी कवितांच्या ओळी
चक्क पाहिल्या डोळ्यांनी असं वाटतं...

मुसळधार पावसानंतर डोंगराच्या पायथ्याशी...
आपण तळं होऊन साचावं...
आणि मोकळं झालेलं सारं आकाश...
थेंबाथेंबांनी आपल्यात हलत राहावं,
असं वाटतं.

❑❑

निसर्गा

निसर्गा!
मी सूर मारीन तुझ्यात
आणि तुझ्या विशालतेच्या इंद्रधनुष्यात
मिसळून जाईन लवकरच...
माझे शब्द, माझी वाक्यं,
माझ्या कविता, माझा आवाज,
माझं मूक आर्त होऊन...
विरेल तुझ्यात कणाकणांनी...
मग
मीच होईन धुवाधार पाऊस...
रणरणतं ऊन...
धुक्यातली थंडी
वा कुशीतली ऊब...

झाडंझुडपं, डोंगरदऱ्या
समुद्र किनारा, आकाश पाणी, झुळझुळ गाणी...
हे सारं-सारं पाहताना...
लोकांना कळणारही नाही
की ते मलाच पाहताहेत...
माझ्यातच राहताहेत...

तुझ्या विशाल रंगीबेरंगीपणात
माझ्या जगण्याच्या झाडाला फुटलेल्या
सर्व सप्रेम आणि सस्नेह फांद्या
मोडून पडल्यात कधीच...

खोलवर रुजलेलं मूळ...
आणि बुंध्याच्या माथ्यावर
उगवलेलं कसलंसं फूल...
आता...
एवढंच उरलंय् फक्त...

निसर्गा!
लवकरच मी सूर मारीन तुझ्यात...
आणि तुझ्या विशालतेच्या इंद्रधनुष्यात
मिसळून जाईन...
आपोआप...

❑❑

आई

मी झाडाला पक्ष्याशी
आणि पक्ष्याला झाडाशी बोलताना पाहिलंय्...
मी समुद्राला किनाऱ्याशी
आणि किनाऱ्याला लाटांशी बोलताना पाहिलंय्...
मीही माझं एकटेपण जपणारा...
पण मीही मला कधीतरी
अपरिहार्यपणे...
मित्रांशी जोडताना पाहिलंय्...

पण माझ्या आईला
एकही मैत्रीण नाही...

आईला लहानपणी मैत्रिणी असतील?

गप्पा मारत रात्री जागवल्या असतील आईने?

तिला कधीतरी...
तिचं बालपण आठवलं असेल?
मला मोठं होताना बघताना!

आठवलं असेल तिला तिचं तरुणपण?
वडिलांबरोबरचं भरभरलेलं!

या साऱ्या प्रश्नांची उत्तरं
मला कधीच मिळणार नाहीत...
हे मला माहिताय् पण...

मला भिंतींचं...
छपराचं...
जमिनीचं बोलणं सोडून...
उन्हाचं...
पावसाचं...
ऋतूंचं बोलणं ऐकायचंय् आईकडून...

आईकडे पाहून... मला तिची मैत्रीण आठवते...
नसलेली...
आणि मला पाहून आईला वाटत असेल...
'याचे सगळे मित्र कुठे गेले?'

❑❑

थोरला

ऊन तिरपं... पूर्वेकडचं...
समुद्र... गार वाळू...
झुलणारे माड...
पाण्यावर तरंगणारा बगळ्यांचा थवा...
इथंच सारा दिवस काढावा...
बसून राहावं वाळूत वेड्यासारखं...
कविता बडबडाव्यात
ऊन, पाऊस, सकाळ, दुपार यांच्या...
संध्याकाळी संध्याकाळच्या...
पण...
मी बाबा कामाचा माणूस...
डांबरी रस्त्यावरून फिरतो
प्लॅटफॉर्म, गर्दी, रस्ते, वाहनं...
धावपळ, ऊन, घामातलं नाहाणं...
यांच्यातच शोधतो जगणं
उन्मळून, उसळून, उफाळून मी जगत राहतो
जणू...
मनस्वी भावनांचं गजबजलेलं शहर...
मध्यरात्रीचा सुमार
शहरात थंडी पोहोचलेली
प्रकाश पांघरून पांढऱ्या दिव्यांचा
रस्ते सुस्तावलेले...

मधूनच एखादं वाहन भरधाव
उभ्या उभ्या झोपी गेलेल्या
रस्त्याच्या कडकडेला इमारती...
जवळच्या स्टेशनवरून जाणारा
आवाज आगगाडीचा...
मग क्षणात शांतता किर्रर...
कुठल्याशा घरातून येणारे घड्याळाचे टोल...
फूटपाथ, झोपड्या, झाडं...
साऱ्यांना सोबत घेऊन फिरणारा मी...
जणू...
निर्मनुष्य रस्त्यांवर जागता प्रहर...

चार भिंतींच्या अंधारातून पंख्याचा आवाज सर्रर...
डोळे टक्क उघडे-जागे
मऊ बिछाना अंगाखाली...
साऱ्या कुशा बदलून मी
कधी पालथा कधी उताणा
जणू...
बिछान्यात पहुडलेलं वासनेचं जहर...

मनस्वी भावनांचं जगबजलेलं शहर
निर्मनुष्य रस्त्यांवर जागता प्रहर
बिछान्यात पहुडलेलं वासनेचं जहर
मी...
आईवडिलांचा...
पहिला...
बहर...

पुस्तकं आणि माणसं

एक माणूस वाचून काढल्यासारखं वाटतं
एखादं पुस्तक वाचून संपवलं की...

पण कित्येक पुस्तकं
मी अर्ध्यावरच सोडून दिलीयेत्...
आणि कित्येक माणसांचंही
तसंच झालंय् माझ्याकडून...
मला माणसं समजली नाहीत असं नाही...
आणि पुस्तकंही मला
अर्ध्यावर सोडायची नव्हती कधीच...
दोघांबद्दलच्या जगण्याची उत्सुकता
कायम राहावी तशीच

म्हणून मी पुस्तकाना वा माणसांना
अर्ध्यावर सोडत आलेलो नाहीय्...
‘वो अफसाना जिसे अंजामतक लाना न हो मुमकिन
उसे इक खूबसूरत मोड देकर छोडना अच्छा.’
हे खरं असलं तरी
न वाचली गेलेली अर्धवट पुस्तकं
आणि न वाचली गेलेली कित्येक माणसं...
यांनी मलाच जणू
न वाचलं गेलेलं
एक अर्धवट पुस्तक सोडलंय् करून...
एकदा निवांत बसून
स्वत:लाच संपूर्ण काढायला हवं वाचून...
म्हणजे
अर्ध्यावर सोडून दिलेली माणसं
कळतील मला कदाचित
कदाचित
अर्ध्यावर सोडलेली पुस्तकंही मग
वाचावीशी वाटतील
त्यातली कित्येक पानं
साठतील माझ्या मनात
काही मनातल्या मनातच फाटतील
जे उरेल ते तरेल
बाकी सगळं तसंच मरेल...

❑❑

मधला काळ

आपण समुद्रही नसतो जगत
किनाराही जगत नसतो
बुडून जाण्यासाठी पाण्यापर्यंत जात नाही
आणि वाळूत रुतण्यापूर्वीच पाऊल उचलतो आपण...
शरीरावरून वाहणारा सततचा वारा तेवढा खरा असतो...
सुरुवात आणि शेवट असतात आपापल्या जागी...
कधी येतात... जातात कधी कळत नाही...
जाता जात नसतो तो फक्त मधला काळ...

आईचा गर्भ आणि मृत्यू
यांच्या मधला रस्ता...
बालपण आणि म्हातारपण
यांच्या मधलं तारुण्य...
हो आणि नाही
यांच्या मधली शांतता...
शहर आणि आपण
यांच्या मधलं घर...
दिवस आणि रात्र
यांच्या मधली संध्याकाळ...

शरीराच्या डगमगत्या पुलावरून चालत जातो
हा मधला काळ... आपण जिवंत आहोत याची जाणीव करून देत.
एकेका क्षणाचा नांगर फिरवत
शहराच्या लांबलचक रस्त्यावरून
आपलं वेड आपल्या देखत
आपल्याला खुणावत पुढे पुढेच चाल्लेलं असतं
आणि आपण...
जगत राहतो फक्त हालचाल
पहिल्या आणि दुसऱ्या पावलांमधली...
आपण चालत राहतो.
आपण जगत राहतो...
फक्त मधला काळ....

❑❑

परक्या देशात

परक्या देशात
दिवसाढवळ्या सुनसान रस्त्यावरून चालताना...
आपल्या देशातले गजबजलेले रस्ते आठवले
तर काय करायचं...
परक्या देशात
आपलं माणूस सोबत असताना
एकटं वाटलं तर काय करायचं
परक्या देशात
आपलं माणूस सोबत असताना
एकटं 'नाही' वाटलं तर काय करायचं...
परक्या देशात
आपलं माणूस सोबत असताना
'त्याला' एकटं वाटू लागलं तर काय करायचं...
परक्या देशात आपलं माणूस
आधीच एकटं असेल तर काय करायचं
आणि परक्या देशात
आपलं माणूस कुणासोबत असेल
तर काय करायचं?
परक्या देशात
लहानपणी गर्दीत हरवलं होतं म्हणून
आपलं माणूस ओळखीची गर्दी सोडून
अनोळखी गर्दीत आलंय् उठून
'हे' कळल्यावर काय करायचं...

परक्या देशात आपलं माणूस
खूपच आपलं वाटू लागल्यावर
आपण आपलीच सोबत सोडून देऊन
हरवून गेलो
आणि सापडलो नाही आपल्यालाच
तर काय करायचं...
परक्या देशात
प्रत्येक मिठीसरशी साठवून घेतला सुगंध आपल्या माणसाचा...
आणि आपल्या देशात
कधीतरी अचानक
सुटला घमघमाट त्या सुगंधाचा
तर काय करायचं...
आपल्या देशात
परक्या देशातल्या आपल्या माणसाची
आठवण झाली अचानक
आणि हरवून गेला साठवलेला सुगंध
तर काय करायचं...
परक्या देशात
सोबत घालवलेली संध्याकाळ
आपल्या देशात
'संध्याकाळी' आठवली तर काय करायचं?

खरंच!
परदेशातून
एकटं परतल्यावर
आपल्या देशात
काय करायचं?

❑❑

बेघर

आपलं स्वत:चं असं घरच नाही...
घरचे सारेच विचित्र नजरेने पाहू लागतील
त्यांच्यासाठीच असलेल्या घराच्या भिंती
आपल्याला आडोसा होताना
अनेक अंदाज बांधू लागतील
आपण घरी पडून आहोत हे पाहून
संशयग्रस्त पंख्यातून
भीतीग्रस्त वारा भोवंडू लागेल...

हे सारं टाळण्यासाठीच आपण
सकाळी बाहेर पडतो घराच्या...
आपण किती एकटे असतो तेव्हा
मग आपण आवर्जून
आपल्याला सामील करून घेतो गर्दीत...
आपल्याला आडोसा होत होत
प्रत्येक माणूस हरवून जातो गर्दीतच...
हरवत जाणाऱ्या या भिंतीभिंतींतूनच
मग आपण येऊन पोहोचतो
नेहेमीच्या आपल्या बधिरालयात...
आणि लगबगीने
गोळा करून लागतो सामग्री जगण्याची संध्याकाळपर्यंत...

मग संध्याकाळी पुन्हा
आपली झरणारी रेती सावरत
फुटण्याच्या बेतात असलेल्या विटा आवरत...
घरी पोहोचतो
जोडू पाहतो स्वत:ला घराच्या भिंती...
होऊ पाहतो आडोसा घरच्यांना
खरं तर घेऊ पाहतो आडोसा त्यांचाच...
आपण आपल्याला घाबरू लागलो आहोत
हे लक्षात येतं आपल्या...

खरं तर
आपल्याला हवा असतो आडोसा आपलाच
जो मिळवण्यासाठी आपण हवे असतो एकटे
आपल्यालाच...

खरं तर
आपण पळत सुटतो
त्या जागेच्या दिशेने
जी कुठेतरी असेल
जिथे
बांधलेलं असेल एक घर
जे आपण कधीच पाहिलेलं नसतं...

❑❑

निवड

नेहेमीच
आपल्या समोर दोन मार्ग होते...

गर्भातून बाहेर यायला नकार द्यावा
की निसटून जावं आईला गाफिल ठेवून...
अंधारात कुणालाच न दिसावं
की बाहेर पडावं बंद खोलीतून
स्वत:लाच कवटाळून रडत बसावं
की बाहेर पडून स्वत:हून खूप हसावं
स्वत:ला समजून घ्यावं कधीतरी
की समजून उमजून नेहेमीच टाळत जावं स्वत:लाच
आयुष्याच्या वरातीत सामील व्हावं
की जाऊ द्यावं वरातीला डोळ्यांदेखत...

निवडावं काही
की निवडू नये काहीच
आपल्या समोर असे
नेहेमीच दोन मार्ग होते...

आपण नक्की काय केलंय्?
जिवंत असून जगत नाही आहोत
आणि मेलेलो असू
तर जिवंत असल्यासारखंच वाटतंय्...

आताही
आपल्यापुढे दोनच मार्ग आहेत

आत्महत्या करून शरीर सोडून द्यावं
की हज्जारदा आत्महत्या करूनही
जगत राहिल्याबद्दल
अभिनंदन करावं स्वत:चंच...

❑❑

मणके

माझ्याकडे काही मणके आहेत
काही म्हणजे शंभरेक...!
त्यांचं मी काहीही करू शकतो
शोपीस म्हणून ठेवू शकतो काचेत,
ॲश ट्रे म्हणून वापरू शकतो सहज,
माळ बनवून घालू शकतो गळ्यात,
खडे म्हणून मारू शकतो
फोडू शकतो घडे भल्याभल्यांचे,
किंवा सीलींगवर लटकावू शकतो
इतिहासाचे झुंबर म्हणून... कुणाकुणाच्या...
एकदा...
एक मणका मी सहज पाण्यात टाकला,
पाणी अचानक उकळायला लागलं
मग रडू फुटलं पाण्यालाही...
मला आश्चर्यच वाटलं मी ताठ असल्याचं,
पण आजूबाजूला कणा हरवलेले
ताठ लोक पाहिल्यावर
मग मी समजून गेलो.
माझ्या तळहाती कसा माझाच मणका?
हा प्रश्न पडताच
अचानक मला साक्षात्कार झाला,
एकदा गाढ्या जवळच्या मित्राने
हळूच ठेवला होता हात माझ्या पाठीवर
आता लक्षात येत आहे
कणा हरवलेले लोक
'मणकेचोर' असतात.

खरं सांगू?
माझ्याकडे खूऽऽप मणके आहेत

❑❑

रानटी

एक अस्वल शहरात शिरलंय
तसं ते होतं इथेच खूप वर्षं...
पण कुणी ओळखलं नव्हतं त्याला,
माणसाळल्यामुळे
त्याचं जंगल चुकलंय्
हेही विसरलं होतं ते
एकदा,
काही माणसं माकडांसारखी
कोलांट्या उड्या मारू लागली
तेव्हा अचानक
त्याचे काळे जर्द डोळे हिरवेगार झाले
दाट जंगलाच्या आठवणीने
ताठ झाले राठ केस त्वचेवरले
ओठांना आठवली जंगलचव लाल रक्ताची,
सळसळू लागले सुळे
तळमळून उन्मत्त बुंध्यात घुसवलेले
पण काहीतरी झालं
त्याच्या मनात आलं शहर
आणि वाऱ्यावर भिरभिरत गेलं पाचोळा पाचोळा
त्याचं रानटीपण...
डोंबाऱ्यांच्या तावडीत सापडलो आहोत आपण
कोलांट्या उड्या मारणाऱ्यांसोबत
हे लक्षात आलं त्याच्या...
रात्री-बेरात्री आठवून आपलं अस्वलपण
आकाशाकडे पाहात 'हूऽऽ' म्हणून हुंकारत
बिचारं फिरत राहिलं त्यांच्यामधूनच
स्वत:ला बोचकारत,

पुढे-पुढे
'माकड' झालेली काही माणसं
गुरगुरू लागली वाघ होऊन
नंदीबैलासारखी हलवू लागली मान
डोंबाऱ्यानंच ठेचल्यासारखा आंड...
त्याला मधूनच ऐकू येई
त्यांच्या कळपातून कोल्हेकुई...
मधेच भुंकणं पाळीव कुत्र्याचं...
झाड + झाड = झाड
पाणी + पाणी = पाणी
प्रेम + प्रेम = प्रेम
राग + राग = राग
त्याला आठवू लागलं एवढंच गणित
बालपणीच्या जंगलातलं...
सिमेंटच्या या जंगलात
मोकाट सुटलेले हे प्राणी पाहून...
आणि एक दिवस अचानक
त्यालाही कळायच्या आत...
आदमच्या पाशवी, हिंस्त्र
कामवासनेसारखी
त्याच्यावर झडप घातली
त्याच्या रानटीपणाने.
त्याने घोट घेतले
कित्येक नात्याच्या नरड्यांचे
रक्तबंबाळ केलं अनेकांना,
शहरातल्या वनखात्याला आता
ताबडतोब कुणी कळवायला हवं
एक अस्वल शहरात शिरलंय्
आता...
त्याच्या ओठांना रक्त लागलंय्

❑❑